சிறிய இறகுகளின் திசைகள்

சிறிய இறகுகளின் திசைகள்
ஜீவன் பென்னி (பி. 1982)

இயற்பெயர் – பீ. மதார் மைதீன், தேனி மாவட்டம் உத்தமபாளையத்தைச் சேர்ந்தவர். இளங்கலை இயற்பியல் முடித்தவர். பணியின் காரணமாகத் தொடர்ச்சியாகப் பத்தாண்டுகளாக வாழ நேர்ந்த பிற மாநிலங்களின் நகரங்களிலும் கிராமங்களிலும் தெரிந்திடாத மக்களிடையே செய்த பயணங்களும், சூழல்களும், கிடைத்த நட்புகளுமே எல்லாவற்றையும் கவனிக்கவும் நேசிக்கவும் கற்றுக் கொடுத்தது என நம்பிக்கொண்டிருப்பவர். 2005ஆம் ஆண்டின் பிற்பகுதியிலிருந்து கவிதைகளும் கவிதை சார்ந்த விமர்சனங்களும் எழுதிவருகிறார்.

'நானிறங்கும் நிறுத்தத்தில் மழை பெய்துகொண்டிருக்கிறது' (2009), 'அளவில் மிகச்சிறியவை அக்கறுப்பு மீன்கள்' (2017), 'சூரியனுக்குக் கீழே பூமியைக் கொண்டுவருபவள்' (2020) ஆகியவை இவரது கவிதைத் தொகுப்புகள். இது இவரது நான்காவது கவிதைத் தொகுப்பு.

மின்னஞ்சல்: jeevanbenniepoems@gmail.com

ஜீவன் பென்னி

சிறிய இறகுகளின்
திசைகள்

காலச்சுவடு பதிப்பகம்

அன்பார்ந்த வாசகருக்கு,

வணக்கம்.

காலச்சுவடு நூலை வாங்கியமைக்கு நன்றி.

நூலின் உள்ளடக்கம், உருவாக்கம், அட்டைப்படம் இன்ன பிற அம்சங்கள் பற்றிய உங்கள் கருத்துகளையும் ஆலோசனைகளையும் காலச்சுவடு வரவேற்கிறது. தகவல், எழுத்து, வாக்கியப் பிழைகள் தென்பட்டால் கட்டாயம் தெரிவித்து உதவுங்கள். நூல் தயாரிப்பில் கடும் குறைபாடு இருப்பின் மாற்றுப் பிரதி உங்களுக்குக் கிடைக்கக் காலச்சுவடு ஏற்பாடு செய்யும்.

மின்னஞ்சல்: **publisher@kalachuvadu.com**

காலச்சுவடு நாகர்கோவில் தலைமையகத்துக்கும் கடிதம் அனுப்பலாம்.

தங்கள்
எஸ்.ஆர். சுந்தரம் (கண்ணன்)
பதிப்பாளர் — நிர்வாக இயக்குநர்

சிறிய இறகுகளின் திசைகள் ◆ கவிதைகள் ◆ ஆசிரியர்: ஜீவன் பென்னி ◆ © பீ. மதார் மைதீன் ◆ முதல் பதிப்பு: அக்டோபர் 2021, இரண்டாம் (குறும்) பதிப்பு: டிசம்பர் 2022 ◆ வெளியீடு: காலச்சுவடு பப்ளிகேஷன்ஸ் (பி) லிட்., 669, கே.பி. சாலை, நாகர்கோவில் 629001

ciRiya iRakukaLin ticaikaL ◆ Poems ◆ Author: Jeevan Bennie ◆ © P. Madhar Maideen ◆ First Edition: October 2021, Second (Short) Edition: December 2022 ◆ Language: Tamil ◆ Size: Demy 1x8 ◆ Paper: 18.6 kg maplitho ◆ Pages: 104

Published by Kalachuvadu Publications Pvt. Ltd., 669, K.P. Road, Nagercoil 629001, India ◆ Phone: 91-4652-278525 ◆ e-mail: publications @kalachuvadu.com ◆ Printed at Adyar Students xerox Pvt. Ltd., No. 275 Habibullah Road, Triplicane high Road, Opp Triplicane Post Office, Triplicane, Chennai 600005

ISBN: 978-93-91093-58-7

12/2022/S.No. 1021, kcp 4196, 18.6 (2) r1

கவிதைகளுக்கான அகமும் – புறமுமான எல்லைகளைத்
தன் சொற்களின் வழியே விரிவாகக் கற்றுக்கொடுத்துக்
கொண்டிருக்கும் பிரம்மராஜனுக்கு

மிக்க அன்பும் நன்றியும்.

காலச்சுவடு, மணல்வீடு, விகடன்-தடம், வாசகசாலை, பேசும் புதிய சக்தி, நவீன விருட்சம், யாவரும்.காம், கீற்று.காம், சொல்வனம்
ஆகிய இதழ்களின் ஆசிரியர்களுக்கும்

என் கவிதைகளை வாசித்துக்கொண்டிருக்கும், பொதுவெளியில் பகிர்ந்துகொண்டிருக்கும் அன்பு நண்பர்களுக்கும்.

பொருளடக்கம்

முன்னுரை: காய்ந்த சருகுகளைச் சேகரித்துக்கொண்டிருப்பவனின் வானம்	15
1. கூழாங்கல் பேசுதல்	21
பூ – 1	23
பூ – 2	24
துருவேறிய வாழ்வின் ஓரங்கள்	25
அடரிருள் – 1	26
ஒவ்வொரு சிறிய அர்த்தத்தையும் திறந்து பார்த்தல்	27
ஒரு மாத்திரை அளவுள்ள சிறிய நிம்மதி	30
ஒரு சாலையின் வழியில் அறத்தைப் பழக்குதல்.	32
நகரம் அச்சத்தில் தன்னை மறைத்துக்கொள்கிறது	34
ஆயிரமாயிரம் ஆண்டுகள் கடந்து வந்த சாலைகள்	36
கூழாங்கற்கள் கலைந்துகிடக்கும் நிலம்	38
சிறிய இறகுகளின் திசைகள்	40
காலியான சதுர வடிவப் பெட்டியைப் போலிருக்கும் மரணம்	43
ஞாபகம் – 1	46
ஞாபகம் – 1 (I)	47
ஞாபகம் – 2	48
ஞாபகம் – 2 (I)	49

அனாதையென்றொரு சொல்	50
மீதமிருப்பவை	51
பாதை	52
கொள்ளை நோய்	53
2. கூழாங்கல்லோடு பேசிக்கொண்டிருத்தல்	**55**
பூ – 3	57
பூ – 4	58
மிகப்பழைய அன்பென்னும் ஒரு காய்ந்த இலை	59
தூரத்தின் மிகக்கடைசிச் சொல்	61
மகிழ்ச்சிகளை நிரப்பியிருக்கும் சிறிய இடைவெளிகள்	63
மகா உன்னதமான வாழ்வெளி	66
புத்தர் சிறு ஒலியாகவும் இருந்திருப்பார்.	67
விதி – 1	70
விதி – 2	71
விதி – 3	72
விதி – 4	73
விதி – 5	74
விதி – 6	75
நீல வானம்	76
கனிந்த வெறுப்பு	77
3. கூழாங்கல் மறைத்துவைத்திருக்கும் உலகு	**79**
பூ – 5	81
பூ – 6	82
முடிவின்மை	83
போர்	87
விடியல்	88
இன்னும் துவங்கிடாத பாதை	89
நேசங்களின் வலி	90

எச்சங்கள்	92
திசையறிதல்	93
மீதி	94
தன்னோடிருத்தல்	95
அன்பறிதல்	97
பகிர்தல்	98
மீச்சிறு நொடிகள்	99
அடரிருள் – 2	101
விதி – 7	102
ஞாபகம் – 3	102
ஞாபகம் – 3 (I)	103

இப்பிரபஞ்சம் சொற்களிலிருந்தும் உருவாகியிருக்கக்கூடும் மிகத்தனியாகப் புரிந்துகொள்வதற்கென எதுவுமற்று.

முன்னுரை

காய்ந்த சருகுகளைச் சேகரித்துக்கொண்டிருப்பவனின் வானம்

இப்பிரபஞ்சம் தன் முதல்பாதியைப் பெரும் இரகசியங்களினாலேயே நிரப்பியிருந்தது பிறகு தன் இரண்டாம் பாதியில் முடிவற்ற சொற்களாகியிருக்கிறது. கவிதைகளுக்கான தேடல்தான் மற்றெல்லாவற்றையும்விட அகத்தின் பிரதானமான உணர்தலுக்கும் அறிவின் தன்மைக்கும் மிக அருகிலிருக்கிறது. வாழ்வும் அவற்றின் சந்தோசமும் கண்ணீரும் ஏதாவதொன்றில் அர்த்தமாகிக்கொள்கிறதென்றால் அது கவிதையில்தான். உள்ளும் புறமுமாக மிக அமைதியாக அவ்வாறு ஆகிக்கொள்கிறது. ஒவ்வொரு வழியிலும் நிரம்பிக்கொண்டிருக்கும் உணர்வுகளின் மெல்லிய கீறல்களை இவைதான் மிகத்தனியாகக் கண்டுபிடிக்கின்றன. எல்லாமும் வாழ்ந்துகொண்டிருக்கும் நிலத்தில் தனித்த கூழாங்கல்லும், சிறிய செடியொன்றும், சிறிய இறகொன்றும் வாழ்ந்துகொண்டிருப்பதைப் பார்ப்பதிலிருந்தே இவ்வுலகை நான் தொடங்குகிறேன்; வாழ்ந்துகொண்டிருத்தலை உணர்வதற்கான/ உணர்த்துதலுக்கான மிகச்சிறிய சாராம்சத்தை இவைதான் சொல்லித்தருகின்றன. எவ்வாறு இவைகள் இங்கு வந்துசேர்ந்திருக்கின்றன என்ற கேள்விதான் காலத்தின் முன் தீர்ந்திடாத சொல்லாக நிற்கின்றது. கவிதைகளுக்கான அனுபவங்களைச்

சேகரிப்பதன் தொடர்ச்சியான செயல்பாடுகள்தான் வாழ்வின் எல்லா நிஜங்களுக்கும் அறத்திற்கும் மிக அருகிலிருப்பதாகத் தோன்றுகிறது. அதற்கான உணர்வு நிலையையே என் ஒவ்வொரு கவிதையும் கொண்டுள்ளது. பேரன்பு சொல்லாகி விட்ட காலத்தில், பொருளொன்றைப்போல அதைப் பகிர்ந்து கொண்டிருக்கும் சூழலில் அதன் காய்ந்த ரேகைகள் படிந்த சருகுகளைச் சேகரிப்பவனாகவும், அவற்றை உள்ளங்கை களில் ஒளித்துவைத்துக்கொள்பவனுமாகவே என்னை நினைத்துக்கொள்கிறேன். முற்றிலும் இழுத்து மூடப்பட்ட எல்லா வாசல்களிலும் தினந்தோறும் வந்து காத்துக்கொண்டிருக்கும் மனமும் அன்பும் அதுதான். மேலும் நீங்கள் புரிந்துகொண் டிருக்கும் உலகமும் அதில் கைவிடப்பட்டிருக்கும் சிறிய இதயங் களின் கனவுகளைச் சுமந்துகொண்டு திரியும் பைத்தியமும் இப்பிரஞ்சத்தில் இதைத்தான் உணர்த்திக்கொண்டிருக்கின்றன. தேடலும் அறிவும் ஞானமும் தெளிவும் பற்றற்றத் தன்மையும் ஆன்மாவும் ஒரு சிறு கவிதையின் கீறலின் நெகிழ்ச்சியில் நீங்கள் புரிந்துகொள்ளக்கூடியவைதான். மஹா அமைதிக்கான நெருக்கத்தை நீங்கள் ஒரு வஸ்துவிலிருந்து தொடங்க முடியாது. காலமும் வெளியும் சொற்களும் வெவ்வேறானவையல்ல, நீங்களெதை உணர்கிறீர்களோ அதுவே அதன் முதல்செயலாக மாறிக்கொள்கிறது. பிரக்ஞைப்பூர்வமான நகர்தல்களே இன்னும் அழகானவை. மற்றெல்லாவற்றையும்விடத் தனியாகப் புரிந்துகொள்வதற்கென இவ்வுலகில் எதுவுமிருப்பதில்லை.

'ஒவ்வொரு கவிதைத் தூண்டலும், அது எவ்வளவு உன்னதமானதாய் இருந்தபோதிலும், அறம் சார்ந்த கோரிக்கை களை எதிர்கொள்ளும் முயற்சியே' – என்ற 'சேஸரே பவேசே' அவர்களுடன் கொஞ்சமாகச் சேர்ந்து இத்தனிமையில் ஆசுவாசமடைந்துகொள்ள முடிகிறது. வாழ்வின் வெவ்வேறு தருணங்களின் தீர்ந்திடாத அனுபவக்குவியலிலிருந்து பிரத்தியேக மான உணர்வுகளின் சாராம்சங்களையும் படிமங்களையும் தழுவிக்கொள்வதான பிரக்ஞைப்பூர்வமான சொல்லாடல்கள் கொண்ட இதிலுள்ள சில கவிதைகள் எப்போதும் என்னை உற்சாகமாக வைத்திருக்கின்றன. வறண்டுகிடக்கும் ஆற்றின் தனித்த ஒற்றைப்பாதையையும் மேலும் அதன் கடந்தகால வசந்தங்களையும் ஒத்திருப்பவை இக்கவிதைகளின் சொற்கள். கூழாங்கற்கள் மூழ்கிக்கொண்டிருக்கும் தனித்த நொடியின் சிறிய மௌனங்களைப் பிரமிப்பாக்கும் தருணங்களையும் அழகியலையும் ஒருசேரக் கைக்கொண்டவையாக நான் நம்பிக் கொண்டிருப்பவை இச்சொற்கள். கவிதைகளின் செயலாக்கத்தில், அதன் வடிவ முறைகளின் வழிகளில் நானடைந்திருக்கும்

வேறுபாடுகளும் நேர்த்திகளும் நல்ல அனுபங்களாகவே தோன்றுகின்றன. கவிதைகளும் வாழ்வும் அவ்வளவு சிக்கல்கள் நிறைந்தவையல்ல. மேலும் இவை இரண்டும் எல்லா ஒழுங்கமைதிகளின் சட்டங்களிலிருந்தும் சுதந்திரமானவை. நீங்கள் வந்து சேரவேண்டிய தூரத்தின், தளத்தின் அளவுகளிலே ஒருவருக்கொருவர் இவை வேறுபடுகின்றன.

நிறைய சோம்பலான மனநிலையின் பொழுதுகள் எழுதுவதற்கு உவப்பாக பெரும்பாலும் இருந்ததில்லை. சிலரது உரையாடல்களின் சொற்களையும் காட்சிப்படிமங்களையும் உள்வாங்கிக்கொள்ளும் நேரம் வேறொன்றாகவும் எழுதுவதற்கான நேரம் வேறொன்றாகவும் அதன் உள்ளார்ந்த குவிமையத்தை உணர்ந்துகொள்ளும் நேரம் வேறொன்றாகவும் இருந்திருக்கின்றன. கவிதைகள், இசை, பயணம், சினிமா, ஓவியம் இவற்றில் ஏதுமில்லாமல் வெறுமனே நிறைய நாட்கள் வாழ்ந்திருக்கிறேன். சோம்பேறியாகயிருப்பது எனக்குப் பிடித்தமானது. தினசரி அலுவலக வேலைகளோடு உண்டு உறங்கி நிம்மதியாகயிருந்திருக்கிறேன். மேற்சொன்னவை அனைத்தும் என் மனநிலைகளின் அடுக்குகளை மிக எளிதில் கலைத்துவிடக்கூடியதாக இருந்திருக்கின்றன, அதை அப்படியே அனுபவித்துமிருக்கிறேன். மேற்சொன்ன மனச்சோர்வுகளின் மிகப்பெரிய வெற்றிடத்தை நான் சோம்பேறியாகயிருந்துதான் கடக்கிறேன். தீவிர வாசிப்பு மிகுந்த மனநெருக்கடிகளைத் தொடர்ந்து தரக்கூடியது. இசை கேட்பது வேறு, பாடல் கேட்பது வேறு என அதனதன் சூத்திரங்களை உணர்ந்துவைத்திருக்கிறேன். யாரையும் தெரியாத வேறு வேறு மொழிகளுடனான நிலத்தில் அலைந்து திரிதல் வழி ஆசுவாசமடைதல் எனக்கு மிகவும் பிடித்தமானதாகயிருந்திருக்கிறது. சின்ன கருப்பொருளின் வழியே நுட்பமான காட்சி அமைப்புகளுடன் கதாபாத்திரங்களின் வழியே நகரும் சினிமாக்களை மிகுந்த ஆர்வத்துடன் பார்த்திருக்கிறேன். இவை எல்லாவற்றிலுமிருந்தும் என் கவிதைகளுக்கான அனுபவப்பரப்பைத் தனித்தனியாக உருவாக்கியிருக்கிறேன்.

வெறும் இலக்கியமும் வாசிப்பும் ஒருவரைப் பண்படுத்தி விடமுடியும் என்று நம்புவதற்கில்லை. அதன் நோக்கமும் அதுவாகயிருந்ததில்லை, அதன் புறவயமான காரணங்கள் மிக எளியவை. அவர்களது தனித்தனி அனுபவங்களின் எல்லையற்ற சாத்தியங்களின் வழியே மனதை நெறிப்படுத்தி அவற்றிற்கான புரிந்துணர்வுடன் சமூகத்தை அணுகவும், அதில் வெளிப்படுத்தவும் முடியுமென்று சொல்லத் தோன்றுகிறது.

வாழ்வின் புதிர்களை எளிமையாகப் புரிந்துகொள்வதற்கு எழுத்தும் வாசிப்பும் உதவுகிறது, அவ்வளவுதான். அவற்றிற்கான விடைகளை எதுவும் உங்களுக்குச் சொல்லாது. அதை நீங்கள்தான் தேடிக்கொள்ள வேண்டும். “எல்லாவற்றையும் எழுதுவதாலும் வாசிப்பதினாலுமே, எல்லாமும் எனக்குத் தெரியும்” என்கிறமாதிரியான மனநிலையைவிட அபத்தமான நோய் வேறேதுமிருப்பதாய்த் தோன்றவில்லை. மிகச்சில நிமிடங்களிலே எல்லாவற்றையும் அறிந்துகொள்வதும் அடுத்த சில நிமிடங்களிலே அவற்றை மறந்துவிடுவதுமான சமூக அமைப்பிலே வாழ்ந்துகொண்டிருக்கிறோம் என்பதை மறுக்கமுடியாது. பொதுவெளியின் பலதரப்பட்ட முரண்பாடு களுக்கு, இலக்கியம் சார்ந்த கலை விழுமியங்களின் தேவைகளும் அவற்றிற்கான அளவீடுகளும்தான் எப்போதும் எளிய தீர்வு.

ஒரு தீவிரமான பிடிவாதத்தின் பொருட்டு அகத்தின் எல்லா விடைகளுக்காகவும் நான் கவிதைகளை நம்புபவனாகயிருக்கிறேன். அவைதான் என் எல்லா மனப்பிறழ்வின் தேடல்களுக்கும் பதிலியாக எனக்கான மொழியாக மாறிக்கொள்கின்றன. தன்னிலைகளை உதிர்த்துக்கொண்டிருக்கும் மரம்போலவே என்னை நினைத்துக்கொள்கிறேன். பிறத்தலும் வாழ்தலும் சாதலுமான தொடர்ச்சியான இவ்வடிவ நிலைகளின் சமநிலைகள் அறிவிலிருந்து உணர்வுகளுக்கும் ஆன்மாவிற்குமான தொடர்புகளை ஏற்படுத்திக்கொண்டேயிருக்கின்றன. அதன் எல்லைகளுக்கு மிக அருகில் கவிதைகள் மட்டுமேயிருக்கின்றன. மிகுந்த அன்புகளுக்கும் அதன் விசாலமான சந்தோசங்களுக்கும் அதற்குப் பிறகான நோய்மைகளுக்குமிடையில் அலைந்து கொண்டிருக்கும் வாழ்வில் நான் கண்டடைந்திருப்பதான இச்சொற்கள் அவற்றை உணர்த்துவதற்கான மனநிலையின் தன்மைகளுடனேயிருக்கின்றன. சிறுநினைவிலிருந்தும் அதன் கணக்கற்ற பாதைகளிலிருந்தும் உருவாகியிருக்கும் இக்கவிதைகள் அதன் அசலான பரப்பையும் இயங்கியலையும் அழகியலின் தனிமையையும் கொண்டேயிருக்கின்றன. சிறுசொற்களிலிருந்து தொடங்கிக்கொள்ளும் இவ்வுலகம் நுட்பமான புதிர்களால் அவற்றிற்கேயுரிய எல்லைகளுடன் விரிந்திருக்கின்றன. எனக்கான இத்தகைய முயற்சிகளில் தன் நேரத்தையும் காதலை யும் பொறுமையையும் தொடர்ந்து தந்துகொண்டிருக்கும் என் பப்புவின் தலையைக் கோதிவிடுகிறேன். எவ்வளவு தூரத்தி லிருந்தும் என்னை அணைத்துக்கொண்டிருக்கும் நண்பர்களின் மனங்களை ஆரத் தழுவிக்கொள்கிறேன். இக்கவிதைகளை வெளியிட்டு உற்சாகப்படுத்திய இதழ்களின் ஆசிரியர்களுக்கும், இக்கவிதைத்தொகுப்பை வெளியிடும் என் முயற்சிகளில்

கைகொடுக்கும் காலச்சுவடு பதிப்பக நண்பர்களுக்கும் என் கவிதைகளை வாசித்துக்கொண்டிருக்கும் எண்ணற்ற முகங்களுக்கும் மிக்க அன்பும் நன்றியும். என் வாசிப்பனுபவத்தின் வழியே வாழ்நிலைகளில் மனமாற்றங்களில் எண்ணற்றச் சாத்தியப்பாடுகளையும் சுதந்திரங்களையும் ஓர் எல்லைவரை விரிவுபடுத்தியவர்களில் பிரம்மராஜன் அவர்களின் எழுத்துக்கள் முக்கியத்துவம் வாய்ந்தவை, அவருக்கு இத்தொகுப்பைச் சமர்ப்பிப்பதில் இச்சொற்கள் மிகுந்த அர்த்தங்கொள்ளப்படும்.

பாண்டிச்சேரி
31.12.2019

ஜீவன் பென்னி

1. கூழாங்கல் பேசுதல்

நான் மிகச்சிறிய கூழாங்கல்லாகயிருந்தபோதுதான்
இப்பிரபஞ்சம் உருவானது.
ஆனால்
நான் இவ்வளவு பெரிய மலையாகிவிட்ட பிறகும்
அதன் காரணம்தான் தெரியவில்லை

பூ – 1

இவ்வளவு பெரியதாக யிருப்பதிலிருந்தே
அதன் ஒன்றுமற்றத் தன்மையை உணர்த்திக்கொண்டிருக்கிறது
வாழ்வு
தட்டும் கதவுகளுக்குப் பின்புறம் நின்றுகொண்டிருக்கும்
அன்பு
சதா விம்மிக்கொண்டிருக்கிறது,
ஒரு உயிர் தவறி விழுந்த குழியில்
பூவொன்று பூப்பதை எப்போதும்
அதிசயமாய் பார்த்துக் கொண்டிருக்கிற தது.
மேலும்
அவ்விதழ்களின் மென்மையைத் தடவியே
வானையும் பூமியையும் சிறு புள்ளியாக
நினைவில் வைத்திருக்கிற தது.

பூ – 2

சற்றுத்தொலைவிலிருக்கும் அந்த மலையில்
புனிதமான மலர்களை அடுக்கி வைத்திருக்கிறோம்.
ஒவ்வொருவரும் ஒவ்வொன்றாகக் கேட்க
அதன் ஒவ்வொரு இதழும் ஒவ்வொரு திசையைக்
காண்பிக்கின்றன.
காற்றில் அவை அசைவதை
நாம் விரும்பியவாறு திருப்ப முடியாது தானே.
வெகு கீழேயிருந்து அம்மலையைப் பார்க்கும் போது
அவ்வொவ்வொரு பிரார்த்தனையும்
ஒவ்வொரு பூவாகியிருக்கிறது.
பூக்கத்துவங்கியிருக்கும்
தொட்டில் செடிகளுக்கு நாளைக்கேனும் தண்ணீரூற்ற வேண்டும்.

துருவேறிய வாழ்வின் ஓரங்கள்

உங்கள் கைகளுக்குள்ளிருக்கும் அடர்ந்த வெறுப்புகளை
எங்கள் மீது தூக்கியெறிகிறீர்கள்
நீங்கள் உதைக்கும்போது தாமாகச் சுருண்டுகொள்கிறது
எங்கள் வாழ்வு.
வீழ்த்துதல் ஒவ்வொன்றாக முடிந்த பிறகும்,
பரந்த வெளியில்
நின்றுகொண்டிருக்கும்
எங்களுக்கானவற்றை நாங்களே
சாத்தியப்படுத்தியிருக்கிறோம்.

அடரிருள் – 1

நடந்துகொண்டிருக்கும் கால்கள் தன் திசைகளையே
அனுபவிக்கின்றன,
ஆன்மாக்களோ அதன் முடிவிலி எல்லைகளை.
நுகர்வுப் பொருளாகிவிட்ட மனிதரிடமிருந்த திருடப்பட்ட
ஒரு தூரத்து அடரிருளை
எப்படி செயற்கையாகச் செய்து கொள்வது,
அதிலிருந்து எப்படி மழைபெய்யவைப்பது?

ஒவ்வொரு சிறிய அர்த்தத்தையும் திறந்து பார்த்தல்

1.

அவ்வளவு சிறிய இடத்தில் அழுதுகொண்டிருப்பது போலத்
திடீரெனத் தோன்றுகிறது
எல்லாவற்றிலிருந்தும் அறுபடுதல் எத்தனை மிருதுவானது
இந்த உலகம் அலங்கரிக்கப்பட்டிருக்கிறது அதன்
அர்த்தமின்மைகளால்,
திரும்பவும் தன்னை மிகச்சரியாக மடித்து நதியில்
விட்டுவிடுகிற தது,
எதிர்பார்ப்பின்மையை நதி மிக எளிதாகப் பழக்குகிறது

✥

2.

இரண்டு நாய்க்குட்டிகளைப் பிரித்திடும் அடுத்தடுத்த
சாலைத்திருப்பங்கள்
எப்போதும் அழுகையின் வடிவமாகின்றன.
தனிமையென்பது,
இக்கடற்கரை மணல் பாதையில்
உடைந்து அழுதிடும் ஒரு மனதை
அவ்வளவு நெருக்கமாக அந்த நாய்க்குட்டி
பார்த்துக்கொண்டிருப்பதுதான்.
சின்னத்தொட்டியில் மீன்கள் ஒவ்வொன்றாகச்
செத்துப்போவதுதான் பிரியமென்பது.

✥

3.

எப்போதும் சரியான தருணத்திற்காகக் காத்திருக்கும்
சிறிய அர்த்தங்கள்
கண்ணாடி முன் திரும்பத்திரும்பச் சரிசெய்துகொள்கின்றன
தன் கச்சிதத்தை
தன் ஆகச்சிறிய இருப்பை
எந்த மிகச்சிறியதையும் போன்ற
அதன் தனிமையை
மற்றும் வாழ்வைப் போலொன்றையும்.

✥

4.

உடலைத் துண்டு துண்டாக்கும் இந்த ஞாபகங்கள்
ஒவ்வொரு பிரியத்தின் மிச்சத்திலும் மிதக்கின்றன
ஒரு கூர்மையான தக்கையைப் போல்,
ஒவ்வொரு சந்தர்ப்பத்திலும் திரும்பத்திரும்ப
ஒவ்வொரு ஆன்மாவையும் பறித்திடும்போதும் அதன் கைகள்
ஏன் அப்படி நடுங்குகின்றன.

✥

5.

பார்வையற்றவர்கள் பார்த்துக்கொண்டிருக்கும்
நிலவு போலானது தான்
அகால மரணமென்பதும்
அதற்கு முன்பான நொடியின் பெரும் வாழ்வென்பதும்.
இறந்துகொண்டிருக்கும் உடலைத் தன் மடியில்
எடுத்துவைத்துக்கொள்கிறது
அக்கணம்.
இசைக்கோவைகளுக்குள்ளிருந்து வெளியேறிக்கொண்டிருக்கும்
வாழ்வை
அந்தச் சாலை முழுவதுமாகப் பார்த்துக்கொண்டிருக்கிறது.

✥

6.

சிறிய பெட்டிகளில் அடைக்கப்பட்டிருக்கும் சந்தோசங்களை
எல்லாரிடமும் கொண்டு சேர்ப்பவனிடம்
கடைசியில் மீதமிருக்கிறது
யாருக்குமே தேவையில்லாத ஒரு சிறிய சந்தோசத்தின் தனித்த
வடிவம்.
முழுவதும் பிரித்தும் வரவே மாட்டேன் என்கிற தது
அவனின் கைகளுக்குள்
அவனின் உணர்தலுக்குள்.

✤

7.

சாம்பல்கள் படிந்திருக்கும் துளையிடப்பட்ட தனிமைதான்
புல்லாங்குழலென்பது.
உலுக்கிய மரங்களிலிருந்தெல்லாம் விழுகின்ற
வாழ்வும் மரணமும்தான் அதனிசை.
உலகமழிகின்றபோது கொஞ்சம் இலகுவான காரணங்களையே
நாம் தேடிக்கொண்டிருக்கிறோம்,
திரும்பத்திரும்பக் கேட்டுக்கொண்டுமிருக்கிறோம்
அதன் மிகப்பழைய அசலான இசைகளை

ஒரு மாத்திரை அளவுள்ள சிறிய நிம்மதி

1.

எப்போதும் தேடிக்கொண்டிருக்கும் ஒரு துரோகத்தின் கறை
மிகப்பழைய வடிவத்திலே கிடைக்கின்றது
முழுவதும் நிறைந்திருப்பது மாதிரியான அதன் வாசனை
சற்றே கடக்க முடிந்திடாத ஒரு தற்கொலையில்
எதையெதையோ செய்து காண்பிக்கிறது,
அதன் எல்லா முகங்களுக்கும் பின்னாலிருக்கும் ஒரு துளி விஷத்தை
நமக்குப் பிடித்த மொழியின் ஒற்றைப் புள்ளியில்
பருகிக்கொள்ளலாம்
அதன் இருண்மைகளைப் பேசிப்பேசியே புரிந்தும் கொள்ளலாம்.
உரையாடல்கள் நின்றுபோய்விட்ட ஒருறவில்,
மிகக்கச்சிதமாகப் பொருந்திக்கொண்டிருக்கின்றன
சில விடுபடல்கள்.
சிறிய நிசப்தத்தில் விழித்துக்கொள்கிறது ஒரு தனித்த பகல்.
நிறைய சேமிக்க முடிந்திடாத ஒரு கைப்பிடியளவு தானியங்கள்
பழக்கப்பட்ட இரக்கங்களைப் போல்
அவ்வெளி முழுவதும் உடல் சிதறிக்கிடக்கின்றன.
ஒரு மாத்திரை அளவுள்ள சிறிய நிம்மதியை
அவ்வளவு விருப்பமாக விழுங்கிக்கொள்வதற்கு,
எப்போதும் தேடிக்கொண்டிருக்கும் ஒரு துரோகத்தின் கறையை
எப்படியாவது பழக்க வேண்டும்
கூடுதலாக
அதன் வாசனையையும்
அதன் மூர்க்கத்தையும்.

✦

2.

சின்ன அணைப்பில் தன்னை நிறைத்துக் கொள்கிறது மனம்
ஒவ்வொருவராகக் கடந்து செல்லும் அப்பாதையில்
இப்போதெல்லாம் பகலில் தூங்குவதற்கு
பழகிக்கொண்டிருக்கிற தது,
அது உணர்கிறது
அதன் துல்லியமான எல்லையின்மையை,
அதன் சுயமில்லாத கனமின்மையை,
தன்னை மிகச்சரியாக மடித்துப் பீங்கானின்
நடுவில் மிதந்து கொள்கிறது,
தன் கதவுகளை
தன் சாளரங்களை
தன்னையே திறந்து திறந்து ஒளிகிளர்த்தி
அது இப்போதும் பிழைத்திருக்கிறது
ஒரு இசையில் பிரார்த்திக்கிறது
அதனிடம் கடவுள் இல்லை
துயரத்தின் தனிமை நிழல் இல்லை
உவர்ப்புகள் மிகுந்த அது,
ஊமையாய் உருமாற்றிக் காண்பிக்கிறது
துரோகத்தின் ஒரு துளிக்கறையை
திரும்பத்திரும்பக் கொண்டுவரும் எண்ணற்ற பகல்
பொழுதுகளை,
எப்போதும் தேவையாயிருக்கும்
ஒரு சிறிய வெளிறிய மாத்திரையாய்

✥

3.

ஒரு மௌனத்தை
ஒரு இரகசிய திட்டத்தை
ஒரு அசிரத்தையை
ஒரு அநீதியின் காரணத்தை
ஒரு கடவுளை
ஒரு இயற்கையை
துரோகமென்றே அழைக்கலாம்
அவ்வாறே புரிந்தும் கொள்ளலாம்.

ஒரு சாலையின் வழியில் அறத்தைப் பழக்குதல்.

1.

மரணம் வருகிறது
மிகச்சீக்கிரமாக அறத்தைப் பழக்கவேண்டும்
சிறிய மலர்கள் விரிந்திருக்கும் அந்தச் சாலைகளின்
ஓரங்களைப் போல
யாரும் கவனிக்காதவாறு,
நமக்குத்தெரிந்த நீதிமொழிகள் ரொட்டிகளைப் போல
உண்ணக்கிடைக்கின்றன
அதன் ஓரங்கள் உள்ளுணர்த்துகின்றன
இன்னும் சரியாக நம் மரணங்கள் திட்டமிடப்படுகிறதென்பதை
ஜனநாயகம் எப்படி நம்மை மிக மரியாதையாக
சாகச்சொல்கிறதென்பதை
வேட்டையாடப்பட்ட நிலங்களில்
நம்முடல்களைக் கிடத்தியிருக்கிறோம்
நம் உறவுகளை நசுக்கத் தொடங்கியிருக்கும்
ரோடு போடும் எந்திரங்கள் இன்னும்
நம் நிலங்களின் அன்பெனப்படுவதை அறிந்ததில்லை
அவைகளுக்கு ஒருபோதும் அறமும் தேவையாகயிருந்ததில்லை
மேலும்
சிறிதும் பெரிதுமான சக்கரங்கள் உருளப் போகும் அந்த
வேகச்சாலைக்கும்.

✣

2.

நம் தொலைவுகளுக்கப்பால் எப்போதும் ஒன்றுமிருப்பதில்லை
ஒரு சிறிய அர்த்தம் தன்னை அப்படியே சொல்லிக்கொள்கிறது.
மிக வேகமாக நாம் சேர்ந்து கொள்வதற்கும்
பிரிந்தும் கொள்வதற்குமான
இந்தத் தார்ச் சாலைகளின் இடைவெளிகள்,
அடைக்கப்பட்ட சில கதவுகளைத் திறந்து வரவேற்பது போலவும்
அவர்களில் மிகச்சிலரைக் கருணைக்கொலை
செய்வது போலவும் இருக்கின்றன.
அவை அன்பின் நிலங்களைச் சாம்பல்கள் ஆக்கிக்கொள்கின்றன.
வளர்ச்சியான அதைத் தீயினுள் புதைப்பேன்
ஒரு விறகின் காய்ந்த முனை போலவே.
அந்தப் பசுமையான சாலைகள்
நம்மை மிகச் சாதுர்யமாகப் புதைக்கின்றன
நம் கைகளில் வைத்திருந்த கசங்கிய அறத்துடன்
சற்றே கலங்கிய அன்புகளுடன்

நகரம் அச்சத்தில் தன்னை மறைத்துக்கொள்கிறது

1.

நகரம் தன் கனவை ஒருமுறை முழுவதுமாகக் கண்டுகொள்கிறது
அதன் தேவைகள் மிக அதிகமென்பதால்
அதற்கான நியாயங்களும் மெல்ல இறுகிவிட்டன
அதன் நிதானமான சங்கீதம் நம் ஆன்மாவைத் தூங்கவைக்கிறது.
ஆன்லைனில் பதியப்பட்டிருந்த உங்கள் தேவைக்கான
மிகச்சிறிய சந்தோசத்தை அழகிய பெட்டியில்
சுற்றித்தர வேண்டுமதற்கு,
நகரம் தனக்கான காகிதங்களை மிக அழகாக
அடுக்கி வைத்திருக்கிறது
தானியங்கி இயந்திரங்களில் மடிக்கணினிகளில் மொபைல்களில்
கேஷ் பேக் உணவுப்பொட்டலங்களில் மற்றும் எல்லா
நுகர்பொருட்களிலும்,
அவைகளுக்கு எப்போதும் எல்லாமும்
ஒன்றன் பின் ஒன்றாகவே விழ வேண்டும்.
நகரம் தன்னை முற்றிலும் மறைத்துக்கொள்கிறது
ஒவ்வொருமுறை நாம் திறக்கும்போதும்.
மீதமிருக்கும் செடிகளிலும் மரங்களிலும் உடல்களிலும்
நகரம் அதற்குத் தேவையான அச்சத்தைப்
பத்திரப்படுத்திக்கொள்கிறது.
எல்லாக் கண்காணிப்புக் கேமிராக்களிலும்
பதிந்திருக்கும் அதன் மெலிந்த
கண்ணீர்த் துளிகளின் வழியே
தன் கனவை ஒவ்வொருநாளும் முழுவதுமாகக்
கண்டுகொண்டிருக்கிற தது
ஒரு மர்மத்தைப் போலவே,
எல்லாவற்றையும் வீழ்த்துதல் போலவே.

✣

2.

நகரம் ஒருமுறை தன்னையறியாமல் சிரிக்க
முயன்றுகொண்டிருக்கிறது
அவ்வளவு எளிதாகத் தன்னைச்
சரணடைய விடுவதில்லை யது
அப்பட்டமாக நகரைத் தூய்மையாக்குகிறது
அதன் ஆதாரமான இருப்பை வழித்தடத்தை
மேலும் கீழுமாக இடமும் வலமுமாக இடம்மாற்றி,
அது எல்லாரின் வாசனையையும் பின் தொடர்கிறது
அவ்வளவு அருகருகில் நகரவாசிகள் சந்தித்துக்கொள்ளாததை
புனைவைப் போல் செய்து காண்பிக்கிறது.
நெருக்கடிச் சாலையில் விரைந்திடும் ஆம்புலன்ஸுக்கென
மிகச்சிறிய பிரார்த்தனையைப்
பாதையாக உருவாக்கித்தருகிறது அது.
நகரம் தன்னையறியாமல் ஒருமுறை சிரித்துவிடுகிறது
அதன் தானியங்கிக் கதவுகள் திறந்து மூடி
வரவேற்றுக் கொண்டிருக்கின்றன
எண்ணற்ற தடவைகள்.
அவ்வளவு எளிதாக யாரையும் சரணடையவிடுவதில்லை
நகரத்தின் அச்சிரிப்பு.
நம்மைச் சுற்றிக்கொண்டிருக்கும் செயற்கைக்கோள்கள்
எல்லார் மீதும் விழுந்து உருள்கின்றன.

ஆயிரமாயிரம் ஆண்டுகள் கடந்து வந்த சாலைகள்

நம் வெறுப்புகள் சிறிய கூழாங்கற்களைச்
சிரிக்க வைக்க முயல்கின்றன,
ஆயிரமாயிரம் ஆண்டுகள் கழித்திருந்த அவற்றிற்கு
ஒருபோதும் சிரிப்பதற்குத் தெரிந்திருக்கவில்லை
சிறிதும் நம் வெறுப்புகள் பற்றியும்.

✣

மிகப்புதிதான ஓரிலை தன் மொழியை ரகசியமாகக் கடத்துகிறது
அதன் வேர்கள் படர்ந்திருக்கும் பிளாஸ்டிக் டப்பாவோ
ஆயிரமாயிரம் ஆண்டுகள் கழித்தும் அம்மொழியை அறிவதில்லை
அந்த இலையையும்.

✣

பிரார்த்தனைகள் முடிந்திருந்த தினத்தில் நாம் நம்பிக்கொண்டிருந்த
ஒரு பாடல்
வெகுதூரம் வந்துவிட்ட நம்மை இழுத்துப் பற்றி விழுங்குகிறது.
ஆயிரமாயிரம் ஆண்டுகளுக்குப் பிறகு சதுக்கங்களுக்கும் முன்
ஒவ்வொரு நாளும் போர்க்கவசங்களுடன் அப்பாடலைப் பாட
மிகவும் எளிதாகயிருக்கிறது
மிகவும் விருப்பமாகவுமிருக்கிறது.

மிகுந்த தொலைவிலிருக்கும் நீல வானைத்
தொடுவதற்கோ உணர்வதற்கோ
சிறிய அசைவொன்றைப் பழகிக்கொண்டிருக்கும் அப்பறவை
கடைசியாக ஆயிரமாயிரம் ஆண்டுகளின் மேலிருந்து
தன் கால்களை விடுவித்துக்கொள்கிறது மிக லாவகமாக.

✣

ஏதோ அதுவே ஞாபகம் போலிருக்கிறது இந்தக் கழிவிரக்கம்
வாழ்வைத் துவங்குவதற்கு வெகு முன்பாக
ஆயிரமாயிரம் ஆண்டுகள் கடந்துவந்த இந்தச் சாலைகள்
ஒரு திசையைப்போலவே மாறிவிட்டது அதற்கு
ஒரு உலகினைச் செய்து காண்பிப்பது மிக எளிது.

❖

எல்லோருக்குமானதாக ஒரு துரோகத்தை அப்படியே
நம்பும்படிச் செய்யவேண்டும்
ஒரு தடயத்தை விட்டுச்செல்வது போலல்லாமல்
ஆயிரமாயிரம் ஆண்டுகள் கழித்தும் அதன் ஆதாரத்தைத்
தேடியே அதைப் புரிந்துகொள்ள வேண்டும் அனைவரும்.

❖

நம் குரல்வளையில் சிக்கிக்கொண்டிருக்கும் அந்தத் தோட்டாக்கள்
சற்று முன்புதான் பிறந்திருக்க வேண்டும்,
ஆயிரமாயிரம் ஆண்டுகள் கழித்தும் அதே மென்மையுடனே
நம்மை ஆழமாகக் கிழித்திருக்கின்றன.

❖

நகரை வெடித்துச்சிதறவைக்கும் சிறிய ரிமோட்டுகளுக்குத்
தானியங்கிப்படிக்கட்டுகளில் குதூகலித்துக் கொண்டிருக்கும்
சின்னப் பாதங்களின்
மென்மைகள் தெரிவதில்லை
ஆயிரமாயிரம் ஆண்டுகளுக்குப் பிறகாவது
அப்படிக்கட்டுகளை நிறுத்துங்கள்
அக்குழந்தை தன் தாயின் வாசனைக்கு அருகில் சென்று
வர வேண்டும்.

கூழாங்கற்கள் கலைந்துகிடக்கும் நிலம்

1.

தூக்கியெறியப்பட்ட அந்தச் சிறிய கல் பழகிக்கொள்கிறது
புதிய இருப்பிடத்திலிருந்து தன் புராதனத்தை
தன் இறுகிய அடையாளத்தை
மேலும்
மழையில் குளிர்ந்துகொள்வதற்கும்
வெய்யிலில் தன்னை உலர்த்திக்கொள்வதற்கும்
வாழ்வு எல்லாவற்றிலிருந்தும்
மிகத்தனிமையாகிக் கொள்வதுதான்.

✣

2.

மிக லாவகமாகத் தன்னுணவைக் கொத்திப்பறக்கிறது
மீன்கொத்தி,
அவ்வொரு மீனற்ற அந்நதியின்
உள்ளிருந்து கிளம்பும் அலைகள்
சிறிய கற்களை மெதுவாகத் திருப்புகின்றன
அனைத்திலும் படர்ந்திருக்கும் ஒரு யுகத்தின் காய்ந்த
தடங்களை
மெதுவாகப் பார்க்கத் துவங்குகிறது
அவ்வுலகம்.

✣

3.

நீருறிஞ்சிய கூழாங்கற்களுக்கு இடையிலிருக்கும்
சிறிய டேபிள் ரோஸ்கள்
ஒவ்வொன்றாக
வாழ்வின் ஓரத்தில் மலர்ந்திருக்கின்றன,
தன் மொக்குகளை மூடிக்கொள்ளும்
மாலைக்கும் முன்பாக
அக்கற்களுடன் முடிந்த அளவு பேசிவிடவேண்டும்,
அவைகளுக்கு மிக நெருக்கமாகயிருக்கும் மனிதர்களிடமும்.

4.

அந்தியில் சாய்ந்துகொண்டிருக்கும் பாடலை
பின்தொடர்ந்து கொண்டிருக்கிறேன்,
பிறகெப்போதோ
சிறிது தூரத்திற்கப்பால் தொடங்கிடும் வனத்தில்
நான் சேகரிக்கப்போகும் கூழாங்கற்களை,
கடவுள் சொல்லிக்கொண்டிருக்கும் கதையினுள்
ஒவ்வொன்றாக எறிய வேண்டும்
எல்லாவகையிலும் நிதானமாக.

5.

சிறிய,
குளிர்ந்த,
அவ்வளவு வழுவழுப்பற்ற,
கூழாங்கல்லின் மனதுனக்கு.

சிறிய இறகுகளின் திசைகள்

1.

மீதமிருக்கும் எல்லா நிராகரிப்புகளையும்
ஒவ்வொன்றாகப் பிரித்துப் பார்க்க வேண்டும்.
தன் மடியில் துவண்டு கிடக்கும் ஒரு உயிருக்காக
மிகச் சீக்கிரமாக சங்கீதத்தைத் துவங்க வேண்டும்.
எதற்காகவோ கைவிடப்பட்ட ஒரு சொல்
தினந்தோறும் வந்து நிற்கும் அவ்வாசலைத் திறந்து
வைக்க வேண்டும்.
இவைகளுக்கருகிலேயே எப்போதுமிருப்பதாய்
அவைகளை நம்ப வைக்க வேண்டும்.
ஆக முதலில்,
பறந்து வரும் சிறிய இறகிற்கு அதன் திசை
மிகப்பிரமாண்டமானதுதான்.

✧

2.

அங்கேயே ஏன் நின்றுகொண்டிருக்கிறாய்,
உன் நிலம் சுதந்திரமானதுதான்.
உன் மரணம் இங்குதான் நிகழவேண்டும்,
எல்லா நீதி மாண்புகளுக்கும் முன்பாக.
எல்லா எளிய மக்களுக்கும் முன்பாக,
அங்கேயே ஏன் நின்று கொண்டிருக்கிறாய்.

நாம் சிறிது சிறிதாக,
நமக்குப் பிடித்தமான காலமாக இதை மாற்றிக்கொள்ளலாம்.
ஏன் அங்கேயே நின்றுகொண்டிருக்கிறாய்,
பாதி சிரித்த முகத்துடன் எப்போதுமிருப்பவர்
தான்
கடவுள்
இங்கு.

✥

3.

ஒரு ஞாபகத்தை ஆகக்கடைசியில்
புதைக்கும்போது அது புதைந்துகொள்கிறது
அல்லது
எரிக்கும்போது எரிந்தும் கொள்கிறது
அது எப்போதும் இப்படித்தான்,
கடைசி வார்த்தையை அவ்வளவு நெருக்கமாகச்
சொல்லிக்கொண்டேயிருக்கும்.

✥

4.

நீங்கள் பார்த்துக்கொண்டிருப்பதைப் போல்
அவ்வளவு சிறியவையல்ல
காற்றாலையில் சுற்றிக்கொண்டிருக்கும் அதன் விசிறிகள்,
ஒரு வெளியை வெட்டித்திரும்பும் நொடியை
திரும்பத்திரும்ப
மிகச் சாதாரணமாகச்
செய்துகொண்டிருப்பது அவற்றிற்கு மிக
எளிதானதாகயிருக்கிறது.

✥

5.

மிகவும் நம்பும் ஒரு சொல்லைத்தான் எப்போதும்
நினைத்துக்கொள்ள
வேண்டியிருக்கிறது,
ஒவ்வொரு துக்கமாகவும்
ஒவ்வொரு சந்தோசமாகவும்
ஒவ்வொரு பரிசாகவும்.
ஒவ்வொரு பறந்து வரும் சிறிய இறகாகவும்
பிரித்துக்கொண்டிருக்கும் இம்மாலையைச் சிறிது ஈரம்
நிறைந்ததாக்குகின்றன
ஒவ்வொரு பொரியாக இழுத்துச்செல்லும் மீன்கள்.

✥

6.

இவ்வாறாகயில்லாமல் சிறிது சிறிதாக வெறுத்திருக்கலாம்
கொஞ்சமாகத் திறந்து உணர்ந்திருக்கலாம்
அச்சிறிய நேசங்களின் சொற்களை.
கொஞ்சமாக நகர்ந்து அவ்வுறவை இன்னும்
சற்று ஞாபகத்தில் வைத்திருக்கலாம்.
எப்போதும் போல் கொஞ்சமாக
ஏமாற்றி விட்டுக் கடந்திருக்கலாம்.
கடைசியாக இந்தக் கயிறு இறுக்கிய தடத்தை முடிந்த அளவு
மறைத்திருக்கலாம்.
உயிரற்ற கைகளில் வந்து சேர்ந்திருக்கும் இச்சிறிய இறகுகளை
மீண்டும் ஒவ்வொன்றாகப் பறக்கவிட
நானென்னதான் செய்ய வேண்டும்.

காலியான சதுர வடிவப் பெட்டியைப் போலிருக்கும் மரணம்

1.

படைகளின் முதல் கையில் படிந்திருக்கும் வாள்,
ஒரு துண்டு வானை முதலில் கிழிக்கிறது
பிறகு அதன் எண்ணற்ற வாழ்வுகளை.
உட்புறமாக உடைந்துகொள்ளும் மெலிந்த அன்பைக்
கைகளுக்குள் இறுக்கிப் பிடித்து
மிகப்பிடிவாதமாக ஒரு காலிப்பெட்டிக்குள் அடைத்து
மிகச் சாதாரணமாக எறிந்திடலாம்,
உயிருள்ளவை அனைத்தும் வன்மங்கள்
நிறைந்திருப்பவையே.
எப்போதும் மிச்சமிருக்கும் ஒரு ஞாபகத்தில்
இரகசியமாக அழுதுகொண்டிருக்கும் மனதிற்கு
அருகிலிருப்பது.
அழுதுகொண்டிருப்பதைப் போலல்லாமல்
இன்னமும் துயரமிகுந்ததாயிருக்கிறது.
யாரோ தூக்கியெறிந்த காலியான சதுரவடிவப் பெட்டியை
ஒத்ததுதான்
இம்மரணம்,
அதன் கால் பெருவிரலை எடுத்து மெதுவாகக் கடிப்பேன்
எப்போதும் இப்படித்தான் அதனிடம்
மன்றாடிக்கொண்டிருப்பேன்.

❖

2.

அந்த இறுதிச்சடங்கின் கரகரத்த பாடலில் ஒரு தனிமை
உருவாகிறது
எல்லாரும் தப்பிச்செல்வதன் பெயர்தான் மரணம்.
நாம் மரணத்தைக் கொண்டுசெல்ல முடியாது
அதன் சிறிய அர்த்தத்தையும்.
எதுவுமற்று வெளியேறும் அப்பாதை முழுவதும்
செயற்கைப்புற்கள் வளர்வதற்குப் பழகியிருந்தன.
ஒரு இரகசியத்தைப் போலத்தான் இவற்றை
விவரித்துக்கொண்டிருக்கின்றது
சூரியனுக்கு வெகு கீழே சுற்றிக்கொண்டிருக்கும்
இந்நிலம்,
தோண்டப்பட்டிருக்கும் குழியில் வளர்ந்திருக்கும்
பச்சைப் புற்களோ
ஒரு தனித்த மரணத்தை
மெலிந்து ஒளிரும் நிலவின் தனித்த பாதையை
நெருங்கிப் பழக ஆரம்பித்திருக்கின்றன,
தன் பாடலைத் தானே திரும்பத்திரும்பப் பாடிப்பாடி.

✣

3.

மரணம் சில எதேச்சைகளைக் கொண்டிருக்கிறது,
அவற்றை இன்னும் திறந்து இன்னும் மரணத்தில் செல்லலாம்.
வழிநெடுகிலும் தவறவிட்டதான வாழ்வு
வேறு எவருடையதைப் போலவோ தோன்றிக்கொண்டிருக்கிறது.
ஒவ்வொன்றையும் தனித்தனியாக்குகிறது மரணம்.
ஒரு மரணத்திற்கு வேறு சில விருப்பங்களும் இருக்கின்றன
அதில் ஒன்றுதான்
வாழ்ந்து கொண்டிருப்பது,

மற்றொன்று
அதிலிருந்து திரும்பிச்செல்வது.
மரணம் சில எதேச்சைகளால் உணர்ந்தும் கொள்ளப்படுகிறது மிகத்தீவிரமாக,
யதார்த்தங்கள் ஒருபோதும் இப்பிரபஞ்சத்தைக் கைவிடுவதில்லை.

❖

4.

நன்கு பழக்கப்படுத்தப்பட்ட ஒரு வளர்ப்பு அன்பை
முத்தமிட்டபடி அணைத்துக்கொண்டிருக்கையில்
வந்துவிடுகிறது மரணம்,
உயிரற்ற ஸ்பரிசங்களின் அணைப்பில்
இன்னும் நெருக்கமாய் அதை அனுபவிக்க முடிகிறது.
அது இம்மரணத்தை இன்னும் மிகச்சிறியதாக
மாற்றிக்காண்பிக்கிறது
வீட்டில் எல்லாவற்றிலும் மெதுவாகப் படியத் துவங்குகிறது
அதன் வாசனை.
சிலவற்றில் மீதமிருக்கும் ஞாபகத்தின் நொடிகள்
எவ்வாறு தன்னைச் செலவழித்துக்கொள்ளும்.

ஞாபகம் – 1

சின்னக் காலங்களிலிருந்து வெளியேறிக்கொண்டிருப்பதென்பது
ஒரு நண்பனைக் கைவிடத் துணிவது
மறந்திருந்த மனதொன்றை மிகத் தற்செயலாய் எதிர்கொள்வது
இன்னும் மிகக்கச்சிதமாக
எல்லாவற்றையும் விட்டுவிட்டு முடிவற்றதை நோக்கி
நகரத்துவங்குவது.
இவ்வளவு பெரிய நதியில் மிதந்துகொண்டிருக்கும்போது
வாழ்வின் எல்லைகள் மிகச் சிறியதாகத்தான் தோன்றுகிறது.
நிலவு கடந்துபோகும்போது
அந்நிலம் தன்னிருளை அர்த்தப்படுத்திக்கொள்கிறது,
அந்நதி தன்னலைகளை வன்மமாக்கிக்கொள்கிறது.

ஞாபகம் – 1 (I)

அவர் இறந்திருப்பாரானால் ஒரு சிறிய வரியையும் சேர்த்து அவருடன் புதைக்க வேண்டும்.
"இவ்வளவு பெரிய பிரபஞ்சத்தில் நிழலைத் தேர்ந்தெடுத்தவன்"

ஞாபகம் – 2

இந்தச் சிறிய பாதை முடிவடையும்போதுதான்
இந்நகரம் தொடங்குகிறது.
பெரும் நெருக்கடிகளுக்கிடையில் கண்டுபிடித்த
சிறு பூச்செடியொன்றை அந்நகரிலிருந்து எடுத்து வந்து
இந்தக் களிமண்ணில் வைத்துவிட்ட பிறகும்,
ஒரு தனித்த இதயம் அந்தச் சிறிய பாதைவரை
வந்து வந்து திரும்பிக்கொண்டிருக்கிறது.
நேசித்துக்கொண்டிருத்தலே
ஒரு திசையை உருவாக்குகிறது,
அதற்கான மிகத்தனிமையான தேவையையும்
அதற்கான மிக நெருக்கமான பாடலையும்.

ஞாபகம் - 2 (I)

பூச்செடிகள் வளர்ந்து பெருகிவிட்டன.
ஒரு வேறுபாடுமற்ற அவைகளிடத்திலிருந்து பறிக்கப்பட்ட
பூக்கள்
நெரிசல் மிகுந்த நகருக்குத் திரும்பிக்கொண்டிருக்கின்றன
அதன் பருவத்தில்
ஒரு தேவைக்கென
ஒரு பாடலுக்கென.
தினந்தோறும்.

அனாதையென்றொரு சொல்

எப்போதும் தன்னாடைகளைக் கிழித்துக்கொண்டிருக்கும்
அவளுக்குப்
பெயரொன்றுமிருக்கிறது,
சிறிய மொழியொன்றும்
பேய்ச் சிரிப்பும் அழுகையொன்றும்.
ஞாபகங்களின் அழுக்குகள் படிந்திருக்கும் நகங்களை
நாளெல்லாம் கடித்துத் துப்பிக்கொண்டிருக்கும் அவளுக்கு
இவ்வளவுக்கருகிலிருந்தும் போதுமானதாகயில்லை
இந்த அன்புகள்.

மீதமிருப்பவை

இவ்வினாவை ஒரு மெல்லிய கனத்திலிருந்துதான்
உருவாக்கி வைத்திருந்தேன் மிக இரகசியமாக.
எல்லா விடைகளும் கிடைக்கப்பெற்ற வாழ்விற்குப் பிறகும்
அந்த வினா என் கைகளுக்குள் ளிருந்தது.
துரதிர்ஷ்டவசமாக என் கைகள் துண்டான பிறகும்
மீதியில் அதன் வாசனை வலியுடன் ஒட்டிக்கொண்டிருந்தது.
மீதமிருந்து எது உன்னைத் துன்புறுத்துகிறதோ அதுவே
அசலான வாழ்வு.

பாதை

பிறகு ஒரு பொழுதில் நீ சாலையினோரத்தில்
பூச்செடிகளை விற்றுக்கொண்டிருந்தாய்.
எப்போதோ தவறவிட்ட ஒரு துண்டு ஒளிரும் வானம்
கொஞ்சம் கொஞ்சமாகக் கிடைத்துக்கொண்டிருக்கிற துனக்கு,
உன் பாதைகளை உன்னிடம் எது சேர்க்கிறதோ அதுவே
அன்பினாற்றல்.

கொள்ளை நோய்

கடைசியில் மீந்துவிட்ட வெள்ளைத்துணிகளில் இன்னும்
சில குழந்தைகளைச் சுற்றலாம்.
பிறகு அதன் வலிகளைத் தீர்க்கமாகப் புதைத்து
அடையாளத்திற்கெனச் சிறிய செடிகளை நடலாம்.
கைவிடப்பட்ட உயிர்களுக்கென நம்மிடமிருக்கும் சொற்கள்
அழுகைகளாகிவிட்டன.
பிரார்த்தனைகளின் கடைசிச் சொல்லில்
நாம் வெறுங்கையுடன் நின்றுகொண்டிருந்த
அன்றிரவில்
எப்போதும் போலல்லாமல் மிகத்தனிமையாகப் பிரகாசிக்கின்றன
சில நட்சத்திரங்கள்.

2. கூழாங்கல்லோடு பேசிக்கொண்டிருத்தல்

நீ இவ்வளவு குளிர்ந்துவிட்டாய்
இந்நதியின் கறையொதுங்கும்போது காலத்தை எப்படி
புரிந்துகொள்வாய் ?
நான் காய்ந்து மேலுமிறுகி
உன் காலத்தைச் சமன்செய்துகொள்வேன்.
ஆனால்
ஒருபோதும் அதைப் புரிந்துகொள்ள முயலவே மாட்டேன்.

பூ – 3

வெட்டவெளியில் நிகழும் மரணத்தில்
சில பூக்களைக் கொட்டியிருக்கிறது மரம்.
காலம் தன் நிர்வாணத்தை அதில் மறைத்துக்கொள்ள முயலுகிறது
சகமனிதன் தன் குறுகிய மனதை அதில் அளந்து பார்க்கிறான்
கடைசி ஞாபகமொன்றை இழுத்துச் செல்லும் எறும்புகள்
இப்பிரபஞ்சத்தை இனிப்புத்துண்டைப் போல
திருப்பப்பார்க்கின்றன.
தலைகீழாக்கப்பட்டவையே முதலில் உணர்ந்து
கொள்ளப்படுகின்றன
பிறகு
அவற்றிற்கு உலர்ந்த கண்ணீர்த் துளியென்று பெயருமாகிறது.

பூ – 4

எல்லாமும் பெரியதாகத் தோன்றிய அவ்வெளியில்
இரண்டு கற்களை உரசுவதற்கும் முன்பு
எங்கிருந்தன அந்தச் சிறிய தீப்பொறிகள்.
வரலாறு முழுவதும் எழுதி முடிக்கப்பட்ட பின்னும்
திரும்பவும் பூக்கின்றன பூக்கள்.
காலத்திலிருந்து முற்றிலுமாக விடுபட்ட
அதனிதழ்கள் கொஞ்சதூரம்வரை பறக்கின்றன,
வரலாற்றில் தன் மென்மைகளை எப்படியாவது
சேர்த்தாக வேண்டு மவற்றிற்கு,
தவறவிட்டவைகளே பிரபஞ்சத்தில் அதிசயம்.

மிகப்பழைய அன்பென்னும் ஒரு காய்ந்த இலை

1.

ஒவ்வொரு துண்டிலுமிருக்கும்
வாழ்வைப்போலொன்றையும் பேழையிலிருந்து எடுத்து
நுகர வேண்டும்.
ஒவ்வொரு பூவாய் எடுத்துத்தொடுத்தல்
எவ்வளவு அழகு,
ஒரு புகைப்படத்தை எப்போதும் துடைத்துக்கொண்டிருக்கும்
கைகளைப்
போலவேயிருக்கிற துனதன்பு.

❖

2.

ஒரு குற்றத்தை மிகச்சாதுர்யமாக
சிக்கல்கள் இல்லாதவாறு பிரித்துக்கொண்டிருக்கும்போது
சிறிய மலர்கள் பூத்துக்கொண்டிருப்பதை
யாரும் பார்க்கவில்லை,
அதனால்தான் காலத்தில்
அது
இவ்வளவு அதிசயம்.

❖

3.

நிழலில் உலர்ந்திடும் வாழ்வு அவனுக்கு
பின்னெப்போதும் வரிசையில் வெறுங்கையோடு கலைந்திடும்
கூட்டத்தில்
தனித்த முகம் அவனுடையது,
கொஞ்சமாகத் தூங்கி வழிந்திடும் பகல்பொழுதில்
புனிதங்களற்ற மலர்களை யிரண்டிரண்டாக அடுக்கி
சிறிய விரல்களை வளைத்து இதயமொன்றைத்
திரும்பத்திரும்பச் செய்து காண்பிக்குமவனுக்கு
ஒவ்வொரு துண்டாகப் பகிர்ந்துகொண்டிருக்கும் அன்புகளை
நினைவில் வைத்துக்கொள்வதில் சிக்கல்களுமிருந்தன,
மேலும்
எல்லா வழிகளிலும்
தொலைந்து போனவனின் சாயல்களுமிருந்தன.
உள்ளங்கையில் விழுந்திடும் பழுத்த இலையொன்று
வீடு திரும்புதலைக் கொஞ்சமாக ஞாபகப்படுத்துகிறது.
அவ்வளவு நெருக்கத்தில் பார்க்கும்போதுதான்
இப்பிரபஞ்சம் ஒரு காய்ந்த சமமற்ற கல் என
சொல்லிக்கொள்கிறான்.
நீங்களோ யின்னும் பிரார்த்தனைகளை
நம்பிக்கொண்டிருக்கிறீர்கள்.

✣

4.

கோடைகாலத்தில் உதிர்ந்திடும் இலைகளின்
வாசனைகள்தான்
பேரன்பு,
ஆம்
நம் காலத்தில்தான் அது
வெறும் சொல்லானது.

➺

தூரத்தின் மிகக்கடைசிச் சொல்

1.

தற்செயலான உடல்நலக்குறைவில்
நீங்களுணர்ந்து கொள்ளலாம்
தொட்டிச்செடிகளிலிருக்கும் சொற்களின் நெருக்கத்தை
அவைகளுக்கு உடல்களில்லை
ஞாபகங்களுமில்லை
வலிகளுமில்லை
அவைகளுக்கு அவ்வாறேயிருக்கச் சொல்லப்பட்டிருக்கிறது
அதன் காலத்தில்
அவைதான் புனிதமானது,
அதன் பூக்கள்தான் மிகத்தனிமையானது
உங்களை விடவும்.

✣

2.

வெறுப்பின் கதவுகளை ஒவ்வொன்றாகத் திறந்து
அவ்வளவு அருகில் சென்று கொல்வதற்குப் பதிலாக
நீண்ட நேரம் ஓடக்கூடிய ஒரு இசைக்கோர்வையை
கேட்டுக்கொண்டிருக்கலாம்.
காலம் இப்போது மலர்ந்து
நீண்ட வரிகள் படர்ந்திருக்கும் கடற்கரையின் சாயலிலிருக்கிறது.
சற்றுத் திருகி மூடப்பட்டிருக்கும் ஒரு மருந்துக்குப்பியை
அவசர அவசரமாகத் திறப்பதற்கு
நீங்கள் செல்லும் வெகுதூரத்தின் முடிவில்

பேரண்டம் சுருங்கி மிகச்சிறிய பொருளாகிக்கொள்கிறது.
இப்போதும் உங்களுக்கு மிக அருகில்தான் உள்ளது
அக்கடைசி வாய்ப்பு.
அவ்வுலகம்
அந்த இசைக்கோவையைத் திரும்பவும் சுழலவிடுகின்றது.
தன்னை மறந்து,
அந்த வீட்டின் தொட்டில் செடிகள் ஒரு மிமீ
அதிகமாக வளர்ந்திருக்கின்றன.

✤

3.

ஒருவர் கடலை நோக்கியும் மற்றொருவர் கரையை நோக்கியும்
பிரிந்து நடக்கும்போது
விலகிச்செல்வதன் பொருள் வெகுதூரமாகிறது.
ஒரு அற்புதத்தைத் திட்டமிட்டு நடத்தும் பெரியவர்
சிறிய ஜன்னல்களிலிருந்து ஒலிகளைப் பரப்புகிறார்.
இரவு முழுவதும் காய்ந்த சங்கு
வெய்யிலில் கடவுளொருவரைப் போல்
குழப்பமாகிக் கிடக்கிறது.
காய்ந்த துணிகளை எடுத்து மடிக்கும் நினைப்பில்
சில பொருட்களை
சில சொற்களை மடித்து அடுக்கிக்கொண்டிருக்கிறது மனது
திரும்பத் திரும்ப ஞாபகப்படுத்தும்
அவ்வுணர்வைக் கச்சிதமான ஒலியாக்கிக் காற்றில் பரப்புகிறது
அக்குளிர்ந்த மணற்பரப்பு.
அந்த யிரவின் நட்சத்திரங்கள் வெறுமனே ஜொலிக்கவில்லை.

மகிழ்ச்சிகளை நிரப்பியிருக்கும் சிறிய இடைவெளிகள்

1.

நடந்தே தன் காலத்தை உணர்ந்துகொள்கிறது
அந்தச் சிறிய நத்தை
விழுந்தே ஞானமென்பதைப் புரிந்துகொள்கிறது பழுத்த யிலை
தனித்தலையும் சிறகிற்கு
முன்னும் பின்னும் எப்போதும் உலகமிருந்த தில்லை
எல்லாமும் விழத்துவங்கும் யிரவிலும் நட்சத்திரங்கள்
ஜொலிக்கின்றன.
முளைக்கும் தானியங்கள் தன்னை ஒருபோதும் மறைத்துக்
கொள்வதில்லை
வழிதவறிய சிறு பறவை தன்னையே திசையாக்கிக்கொள்கிறது
அவற்றிற்கு அவ்வளவு தனியாகத் தெரிந்திருக்கிறது
அதனதன் உலகு
அதனதன் வாழ்வு
அதனதன் மகிழ்ச்சி

❖

2.

இவ்வளவு பெரிய வலிக்கு
எவ்வளவு காரணங்கள் தேவைப்பட்டிருக்கின்றன
ஒரு சிறிய சிரிப்பொன்றைத் திறப்பதற்கு
எத்தனை சொற்கள் செலவழிந்திருக்கின்றன.
ஒரு எளிய பாதையொன்றில்
உலகம் தன் பலவீனமான காயங்களை உலர வைப்பதற்கு
மிச்சமிருக்கும் கருணைகளை ஒன்றிலிருந்து மற்றொன்றிற்குச்
சதா நகர்த்திய படியேயிருக்கிறது.
ஒவ்வொன்றாக நிரூபித்துக் கொண்டிருப்பதில்
தொடர்பறுத்துக்கொண்டிருப்பதில்
சில தாமதங்களில்
சில பரிதாபங்களில்
இவ்வளவு சிறிய வாழ்விற்கு
எவ்வளவு அர்த்தங்கள் சொல்லப்படுகின்றன.
மிகச்சிறிய மகிழ்ச்சியொன்று
சின்ன காகிதத்தில் செய்யப்பட்ட உயிரைப்போலவே
இவைகளுக்கு வெகுதூரத்திற்கப்பால் மிகவுயரே
பறந்துகொண்டிருக்கிறது.

❖

3.

கையளிக்கப்பட்ட இரண்டு தோட்டாக்களில்
ஒன்றிற்கு வயததிகம் சற்றுத் துருவும் பிடித்திருக்கிறது
மற்றொன்று உடனடியாக உயிரறுக்கும்
மகிழ்ச்சியை நிரப்பியிருக்கிறது.
அதன் விசைக்கு
ஒன்றன்பின் ஒன்றாக நிற்கும் இதயத்திற்கு
மிகச்சிறப்பாகயிருக்கிறதிந்தத் தூரம்.
சிறிய இடைவெளிகளே எப்போதும் வாழ்வை உணர்த்துகின்றன.

அச்சின்னஞ்சிறிய மனது
கொல்லப்படுவதற்கு முன்பு சந்தோசப்பட்டுக்கொண்டதை
மெதுவாகவேனும் தன் நினைவிலிருந்து அகற்றிக்கொள்ளும்
நீலம் பதிந்த அத்தோட்டாக்கள்.

4.

மிக நீண்ட பாதையின் முடிவில் கிடைக்கும்
முதல் கூழாங்கல்லை எனக்குள் ஒளித்துவைப்பேன்
இரண்டாவதை உங்களுக்குத் தருவேன்
மூன்றாவதை அருகிலிருக்கும் வனத்தில் எறிவேன்
சின்னஞ்சிறிய இதயத்தைத் தன் உயிரென வைத்திருக்கும்
பூச்சியொன்று
கிடைக்குமாயின்
அதை அப்படியே பறக்க விட்டுவிடுவேன்.
வரும் கோடையில் வாடி உதிரப்போகும் வாழ்வை
அதுதான் எப்போதும் ஞாபகத்தில் வைத்திருக்கும்.
ஒவ்வொரு பருவங்களின் சிறிய சந்தோசங்களை
மறைத்து வைத்துள்ள சிறு ஒளியில்
அக்கூழாங்கற்கள் ஒளிரத்துவங்கும்போது
அவ்வளவு சின்ன உலகத்தின் தனிமை
எல்லாருக்கும் கொஞ்சமாகப் புரியத்தொடங்குகிறது.

மகா உன்னதமான வாழ்வெளி

அந்த மரங்களின் நிழல்களுக்குக் கீழே
வெறுமனேயிருப்பது குறித்து அந்தத் துயரம் மிகுந்த செடியிடம்
கலைந்து கிடக்கும் கூழாங்கற்களிடம்
சொல்வதற்கென ஒன்றுமில்லை
தனித்திருப்பதன் இரகசியங்களையே அவை
ஒவ்வொரு நாளும் சேகரித்துக்கொண்டிருக்கின்றன.
ஒவ்வொரு இரக்கங்களின் கடைசி மிச்சங்களைப் போலவே
இந்த
மகா உன்னதமான பிரபஞ்சத்திற்கு
மிக நெருக்கமாக யிருந்து கொள்கின்றன.
தன் மிகச்சிறிய இதயங்களைத் திறந்து
உங்கள் முன் நீட்டும்போது
அதன் அசைவுகளில் காலம் கொஞ்சம்
நின்று பின்
நகர்கிறது
எப்போதும்.

புத்தர் சிறு ஒலியாகவும் இருந்திருப்பார்.

1.

தன் மடியிலிருந்து துவங்கும் ஒரு படுகொலையைப்
பார்த்துக்கொண்டிருக்கிறார் புத்தர்.
எல்லாம் முடிந்தவுடன்
தன் கண்களை இறுக மூடி
மீண்டும் தியானத்தைத் துவங்குகிறார்.
துண்டு நிலமொன்று காலியாகும் சிறு ஒலியில்
தன்னிருப்பிடத்திலிருந்து வெளியேறும் முதல் தட்டான் பூச்சியை
நினைத்து நினைத்து
மிகுந்த சந்தோசப்பட்டுக்கொள்கிறா ரவர்.
அவ்வளவு பற்றற்ற உடலிலிருந்து
மகிழ்ச்சி உதிர்வதென்பது மிகப்பிரளயமானதுதான்.

✥

2.

மிகப்பெரிய பாறையிலிருக்கும் ஒரு தனித்த இலைதான்
புத்தர்.
தன் வாழ்வில் எப்போதும் பார்த்துக்கொண்டிருக்கும்
அப்பாறைகளிலிருந்தே
தான் துவங்கிக்கொண்டதாக
மிகத் தீவிரமாகச் சொல்லிக்கொண்டிருக்கிறா ரவர்.
காலம் துவங்குவதற்கு முன்பிருந்தத் தன்னைத்
தேடத் துவங்கும் போது
அவ்வளவு பெரிய வெறுமையில்.
புத்தருக்கு என்ன செய்வதென்றே தெரியவில்லை
சிறிய காகிதத் துண்டுகளை
இன்னும் மிகச்சிறியதாக வெட்டத்துவங்குகிறார்,
தன்னிலிருந்து எல்லாவற்றையும் பறக்க விடவேண்டு மவருக்கு.
சிறிய சருகுகளிடம் உங்களைக் கொண்டு சேர்க்கும்
பாதைகள்தான்
புத்தம்.

✥

3.

மிக எளிய பாதையொன்றில் துவங்கும் அவர் வாழ்வை
நீங்கள் கண்டுபிடிக்க முடியாது.
காலியான அவரின் முதல் உலகம்
தன் முதல் நாளில் கொஞ்சம் பதற்றமாகயிருந்தது
பிறகு எல்லாவற்றையும் தூக்கியெறிந்து
தன்னைத்தானே சரிசெய்தும் கொண்ட தது.
எவ்வளவு மறந்தும் அந்த உலகத்தின் வலி
ஒரு நட்சத்திரம் போல் மிகத்தூரத்திலிருந்து பிரகாசிக்கிறது.
ஒரு அலையைப் போல வந்து வந்து திரும்பிக்கொண்டிருக்கின்ற
சின்ன வெறுப்பொன்றைக்
கழற்றித் தூக்கியெறியும்போது
இரைச்சல் மிகுந்த இந்நகரில்
சிறு ஒலியில் உங்களைக் கடந்து செல்பவர்தான்
புத்தர்.

✣

4.

சிறு கீறலின் நிம்மதியின்மையில்
ஒரு அர்த்தம் துவங்கும்போது
புத்தராதல் மிக எளிது,
ஆனால்
தான்தான் புத்தரென்பதை உணர்ந்துகொள்ளுதல்
மிகக் கடினம்.
அந்த அலை ஒரு சிப்பியை ஒதுக்கியிருக்கிறது
அந்த நேரம் அதை மிகத் தனிமையாக்கியிருக்கிறது.

✣

5.

தான் படர்ந்திருக்கும் நிலத்திலிருந்து துவங்கும் பாடலைப்
பாடிக்கொண்டிருக்கிறார் புத்தர்.
எப்போதும் அவற்றிற்குப் பழகியிருந்த அந்தக் கூட்டம்
தங்களது காயங்களிலிருந்து வலியைத் தனியாகப்
பிரித்துக்கொள்ள முயன்றுகொண்டிருக்கின்றனர்.
அவரோ

ஒவ்வொருவரின் அன்பும் மற்றொருவரைத் தாங்கிப்
பிடித்திருக்கிறது
மேலும்
உங்களுக்கான ஒளி உங்களிடம்தானிருக்கிறது என்கிறார்.
அவர்களது மெழுகுவத்தியில் எரிந்துகொண்டிருக்கும்
கடினமிகுந்த இவ்வர்த்தங்களைத்
தன் கைகளில் கொண்டுவந்து காண்பிக்கும்போது
கூட்டம் பெரும்பாலும் கலைந்துவிட்டிருந்தது.
சிறு அதிசயமொன்றைத் தவறவிடும் தருணம்
அங்கிருந்துதான் துவங்கிக்கொள்கிறது.

✣

6.

தன்னிலிருந்து தவறும் சிறுபொருளொன்றை
அங்கேயே விட்டுச்செல்கிறார் புத்தர்.
உங்களிடமிருந்து வெளியேறிக்கொண்டிருப்பவையே
உங்களின் ஞாபகங்களாக மாறிக்கொள்கின்றன.
கடந்து போய்க்கொண்டிருப்பதுவே நித்தியத்துவம்.
குளத்தில் மிதக்கும் இலை கரையைத்
தேடிக்கொண்டிருப்பதில்லை.

✣

7.

சிறுஒளியில் தன் பாதைகளை அனுபவித்துக்கொண்டிருக்கும்
அந்த மின்மினியைத் தேடிவரும் புத்தர்
தன் கைகளில் வந்தமர்ந்திடாத அப்பூச்சியின் சுதந்திரம்மீது
பற்றுக்கொள்கிறார்.
மிகக் கவனமாக அவ்வனத்திலிருந்து தான் வெளியேறுவதற்கான
பாதைகளை முழுவதுமாக அடைத்துவிட்டார் புத்தர்.
தன் அற்புதங்களுக்கு முன்பு எப்போதும் ஒரு மின்மினியை
பறக்க விடுகிறா ரவர்
அது தன் சிறுஒளியில் உங்களைக் கூட்டிச்செல்கிறது.
உலகம் சின்ன அரங்குகளில் பேசிக்கொண்டிருக்கும்
வார்த்தைகளல்ல
நிச்சயமாக நீ சுமந்துகொண்டிருக்கும் பெரும் ஞானத்தின்
சிறு எடையது.

~~

விதி – 1

ஒரு சிறிய பூச்செடியை எங்கிருந்து வளர்க்கத்துவங்குவது?
அதன் அர்த்தங்களைக் கைவிடாதிருக்கும்படி
மன்றாடிக்கொண்டிருக்கிறேன்
அதன் வேர்கள் காயத்துவங்குவதற்குள்
இந்த இரவில்
அதை நட்டு வைக்க வேண்டும்.
சிறிது தாமதமானாலும்
அதன் அதிசயங்களைக் கைவிடாதிருக்கும்படி
மன்றாடிக்கொண்டிருக்கிறேன்.
அதுதான்
இப்பிரபஞ்சத்தில்
அச் சிறிய செடியை எங்கிருந்தாவது
வளர்ந்து கொள்ளச் செய்யும்.

விதி – 2

உன்னைக் காலத்தில் செலுத்தியபடியே யிருக்கிறாய்
எப்போதும்
சீரான மலையுச்சிகளைக் கடந்தபடி
தொடுவான எல்லைகளைக் கடந்தபடி
எல்லாக் கடவுள்களின் பீடங்களையும் கடந்தபடி
பிறகு
உன்னையொரு பொருளைப் போல கொண்டு வந்து
சேர்த்திருக்கிறது
இம்மகா சமுத்திரம்.
மிகுந்தத் தொலைலிருக்கும் வானையே
நீ பார்த்துக்கொண்டிருக்கும்போது
சிப்பிகளனைத்தும் உன்னைப் பார்த்தபடியேயிருக்கின்றன.
மேலும்
ஓரலை உன்னை இலகுவாக மிதக்க வைக்கிறது.

விதி – 3

புனிதர்கள் பிரித்துக்கொண்டிருந்த உலகில் நின்று
கொண்டிருந்தேன்.
பாவமூட்டைகளைக் கழற்றி எறிவதற்கென
எளிய முடிவுகளின் மீது திரும்பத்திரும்ப
மோதிக்கொண்டிருக்கிறேன்.
அந்த நதி வெறுமனே ஓடிக்கொண்டிருப்பதில்லை.
மூழ்கி எழுந்திருக்கிறேன் அதன் மிகக் காலியான
நம்பிக்கைகளிலிருந்து.
பிறகு என்மீது ஒட்டிக்கொண்டிருக்கும்
துரோகத்தின் வலியை ஒவ்வொன்றாக அகற்றுவேன்
ஒவ்வொரு பாடலாக உங்களுக்குத் தருவேனவற்றை.
புனிதர்கள் பிரித்துக்கொண்டிருக்கும் இவ்வுலகில்
மிகக் காலியாகயிருப்பதுவே நித்தியத்துவம்.
ஒருபோதும் நிறைந்திடாதவையே
அவற்றின் சூட்சுமம்

விதி – 4

ஒரேயிடத்தை வெட்டிக்கொண்டிருக்கும் உன் ஆயுதங்கள்
மிகக் கூரியவைதான்
அவைகளால்
இந்த வெறுப்பின் தடிமனை ஒன்றும் செய்ய முடியாது.
மேலும்
அது கழுத்தைத் துண்டாக்குவதைப் போல
அவ்வளவு சுலபமானதுமல்ல.

விதி – 5

இம்மாநகரில் அலைந்துகொண்டிருக்கும்
தனித்த இதயமொன்றைத் தேடித் திரியும்
அத்தனை கண்ணீர்த்துளிகளும்
கடலுடன் சேர்ந்திடும்போது அதன் தனிமை நிறம்
வெளிறித் தன் அர்த்தங்களைக்
கொஞ்சம் எளிமையாக்கிவிடுகிறது.
இப்பிரபஞ்சத்தின் எடை கூடத்துவங்கும்
அப்பொழுதுகளில்
அக்கடற்கரை மணலில்
ஒரு மென்பஞ்சை நீங்கள் துரத்திக்கொண்டிருப்பீர்கள்.
அவற்றிற்கு அருகில்
தன்னையே நீட்டி இழுத்துச் செல்வதற்கென
மன்றாடிக்கொண்டிருக்கிறது அது,
கடலிடம்.
உங்களிடம்.

விதி – 6

பேருந்தின் கடைசி ஜன்னலிலிருந்து தவறவிட்ட பலூனை
நினைத்துக்கொண்டே யிரவைக் கடக்கும் சிறுமி.
பகலெல்லாம்
வரும் தார்ச்சாலைகளில் அதைத் தேடியபடியே யிருக்கிறாள்
கொஞ்சமேனும் நெகிழ்ந்து தழுவிடும் கடவுள்கள்
அப்பலூனை எப்படியேனும் தந்துவிடக்கூடுமென.
வேறொருவரின் கைகளுக்குள்ளிருந்து அச்சிறுமியையே
நினைத்துக்கொண்டிருக்கிறது அப்பலூன்.
நெருக்கமான ஒரு கதையைத்தான் சலனமின்றி
வெட்டிவிடுகிறது வாழ்வு.

நீல வானம்

அவளுக்கு,
ஜன்னல்களே முதன்முதலில்
வானத்தைச் சிறியதாகக் காண்பித்தன.
பிறகு
ஒவ்வொரு நாளும் தன்னுடனே வானமும் வளர்ந்துவருவதாய்
நம்பிக்கொண்டிருந் தவள்
கடற்கரையிலிருந்து அந்நீல வானைப் பிடிக்கத் திடீரெனச்
சென்றுவிட்டாள்.
சிறிது தூரத்திற்குப் பிறகு கடலின் மௌனத்திற்குப்
பழகிவிடுகிறது
அவளுடல்.

கனிந்த வெறுப்பு

இந்த வெறுப்பை இனி என்ன செய்வது
எப்போதும் ஏதேனும் வேண்டி வாசலில் நின்றுகொண்டிருந்த
அவனிறந்த பின்பு
அவனுக்காகவே பிரத்யேகமாகச் செய்யப்பட்ட
இந்த வெறுப்பை இனி யாரிடம் காண்பிப்பது.
அவனற்ற வெற்றிடத்தில் தினந்தோறும் அதை உபயோகித்த
படியேயிருக்கிறேன்.
கதவுகளின் ஓரத்தில் அவன் நிற்கும் தடத்தை வேறெவற்றாலும்
ஒருபோதும் அழித்திடவே முடியாது.
கடைசியில் மிஞ்சுபவையே அவ்வன்பின்
ஞாபகமாகிக்கொள்கின்றன.

3. கூழாங்கல் மறைத்துவைத்திருக்கும் உலகு

அந்த மலையின் உச்சியில் தனித்திருக்கும் கூழாங்கல்
இப்பிரபஞ்சத்தைத் தன் மிருதுவான கைகளால்
இறுக்கிப்பிடித்திருக்கிறது.
தன் தியானத்தின் மிக அற்புதமான கணமாக
அதையே திரும்பத்திரும்பச் சொல்லிக்கொண்டிருக்கிற தது.
ஒரு குறியீடுமற்ற பயணத்தில் அங்கு வந்து சேர்ந்தவர்கள்
தங்களின் கைகளால் அதைத் தொடும்போது
அது தன் மெல்லிய சிலிர்ப்பை
இறுகிய தனிமையை
உலகம் முழுமைக்குமானதாக
மாற்றிக்காண்பிக்கிறது,
அவ்வளவு சிறியவைகளின் அனுபவங்களை
உணர்ந்துகொள்வதற்கு
உலகம் இன்னும் தயாராகவில்லை,
உலகை மூடிக்கொள்ளும் இரவு இப்பொழுது துவங்குகிறது
மிகச் சரியாக.

பூ – 5

கடற்கரையில் முடிவடையும் இக்கடைசிச் சாலை
உலகைச் சரிபாதியாகப் பிரிக்கிறது.
நகரின் நெரிசலில் வொரு அடையாளத்திற்கென
வைக்கப்பட்டிருக்கும் சிறிய பூக்கள்
ஒரு சின்ன மறதியை எப்போதும் தனக்குள் வைத்திருக்கின்றன.
உலகத்திடம் கோபப்படுவதற்கு
நிறைய உண்டு அவைகளிடம்.
மேலும்
ஆகாயத்தின் கடைசித்துண்டு தன் பொழுதுகளை
மெதுவாக மூடிக்கொள்ளும்போது,
இவ்வளவு கடைசியிலிருக்கும் இந்தச் சின்ன வெளிச்சங்களில்
எப்போதும் பழைய சின்னப் பொருளொன்றைத்
தேடியே தன்னை அர்த்தப்படுத்தியுங்கொள்கின்றன.

பூ – 6

இவ்வளவு பரந்து விரிந்திருக்கும் இந்நதியின் மேல்
பறந்துகொண்டிருக்கும் பறவைகள் தங்கள் காயங்களை
மறந்துகொள்கின்றன.
ஒவ்வொரு கரையிலும் தாங்கள் விட்டுச்செல்லும் ஞாபகங்களை நதி
வெகுதூரத்திற்கு அப்பால் அழைத்துவந்து சேர்த்திடும்
பொழுதுகளில்
அவை தன் சிறிய உலகைத் திரும்பத் துவங்கிக்கொள்கின்றன.
அவை உணர்ந்துகொள்ளும் தருணத்திற்கு மிக அருகில்
மலர்ந்துகொள்கின்ற சிறிய பூக்கள்,
அச்சந்தோசங்களை வேடிக்கை பார்க்கின்றன
அவ்வளவு தனிமையாய்.

முடிவின்மை

1.

அழுதுகொண்டிருப்பதென்பது மற்றெல்லாவற்றையும் விட
மிக நெருக்கமானதுதான்
பிறகு இப்போதிருந்து இந்த உலகின் சுவரைத் துளையிடத்
துவங்க வேண்டும்.
அழுதுகொண்டிருப்பதென்பது மற்றெல்லாவற்றையும் விட
மிக இரகசியமானதுதான்
பிறகு அதன் ஆணிவேரை மெதுவாக அறுக்க வேண்டும்.
அழுதுகொண்டிருப்பதென்பது மற்றெல்லாவற்றையும் விட
மிகுந்த ஆறுதலானதுதான்
பிறகு பயங்கரமானவற்றைத் திடீரெனச் செய்யப் பழகவேண்டும்.
அழுதுகொண்டிருப்பதென்பது மற்றெல்லாவற்றையும் விட
மிக அபத்தமானதுதான்
பிறகு நம்பவே முடிந்திடாத காரியங்களையும் நம்ப வேண்டும்.
அழுதுகொண்டிருப்பதென்பது மற்றெல்லாவற்றையும் விட
மிகுந்த வலியுடையதுதான்
பிறகு அதன் ஆன்மாவின் அமைதியை அனுபவிக்க வேண்டும்.

✢

2.

எவ்வளவு தொலைவிலிருக்கின்றன இந்த நட்சத்திரங்கள்!
உலகம் ஒரு மனப்பிறழ்வுக் குழந்தைக்குத் தூரத்தைக்
கற்பிக்க முடியாது.

✣

3.

சிலவேளைகளில் இந்த வாழ்வு பிரகாசித்துக்கொண்டிருக்கும்
போது
அது தன் வெறுமையை மறைத்துக்கொள்கிறது,
தன்னிலிருந்து வெளியேறிய ஒரு அலையைக் கடல்
நினைத்துக்கொண்டிருப்பதில்லை.

✣

4.

வானம் சிறிய துண்டாகிக் குவளையில் மிதக்கும்போது
அது தன் முடிவற்ற தன்மையை மறந்துகொள்கிறது,
வழிதவறிய பாதங்கள் வெம்மையைப்
பொருட்படுத்திக்கொள்வதில்லை.

✣

5.

ஒரு ஆழ்ந்த காயத்தின் இரத்தத்தை உலரவைக்கும்போது
அது தன் பிரார்த்தனைகளை மிக இரகசியமாக்கிக் கொள்கிறது,
பிளவுபட்ட மனம் தன்னிடமிருக்கும் வலியை
ஆராய்ந்துகொண்டிருப்பதில்லை.

✣

6.

மிகப்பெரிய தேடலில் கிடைத்த அப்பிரார்த்தனையின்
சொல்லை
நினைத்துக்கொண்டிருந்தபோதுதான்
அதன் இலைகளை உதிர்த்தது மரம்.
அக்கணம்தான் இப்பிரபஞ்சமாக உருமாறி யிருக்கிறது.

✤

7.

ஒருவருக்கொருவர் சதா நினைவூட்டிக்கொண்டிருக்கும்
இப்பாடலை
யாரும் எழுதவுமில்லை, அது மிகப்பிரபலமானதுமில்லை,
ஆனால்
அதன் அர்த்தத்திலிருந்து தொடங்கும் தீவிரமான வலியே
வாழ்வை மிக நெருக்கமாக உணரவைக்கிறது.
மேலும்,
இவ்வளவு அபரிமிதங்களினாலான இவ்வுலகின் குரல்வளையில்
எப்போதும் சிக்கியபடியே யிருக்கிற தது.

✤

8.

காலத்தின் ஞாபகங்களிலிருந்து தவறிய ஒரு மெலிந்த ஆன்மா,
தன்னருகில் வந்து விழுந்து கிடக்கும் கருணைகளை
ஒவ்வொன்றாகத் தடவிப் பார்த்து,
அவ்வொவ்வொன்றின் சதைகளுக்குள்ளும்
கசிந்து கொண்டிருக்கும்
ஆழமான கீறல்களின் வலிகளைத் தன் கனிந்த கைகளினால்
வலியற்றுத் தைத்துவிடுகிறது.
வலி ஓராயிரம் மனிதர்களை இப்படித்தான் இணைக்கிறது.

✤

9.

தன் வசிப்பிடத்திலிருந்து துவங்கும் வானத்தின்
அடையாளங்களைத் தேடி அவற்றைப்
பிடித்தபடியே ஒவ்வொரு நாளும் அம்மனம்
நகர்ந்துகொண்டிருக்கிறது.
பல நெருடல்களினால் தொகுப்பட்ட அப்பாதைகளினிடத்தில்
தான் வெறுக்கப்பட்ட கதைகளை ஒருபோதும்
சொல்லியதில்லை யது.
அதன் தனிமை அதற்கு நிறைய நிறங்களைக்
கொடுத்திருக்கிறது.
வானம் தன் நீலத்தை அங்கிருந்துதான் தொடங்கிக்கொள்கிறது.
எல்லாவற்றையும் பறிகொடுத்துவிட்ட அன்பின் கடல்
அங்கிருந்து ஊற்றெடுக்கிறது.

10.

பெரிய சுவர்களுக்குப் பின்னால் நின்றுகொண்டு
துரோகத்தின் நீண்ட கைகளால்
மெதுவாகக் கொல்லப்பட்ட ஒரு உயிரின்
இதயமொன்றைக் கொஞ்சமாகத் திறந்துபார்க்கும்போது,
இன்னும் ஒரு நம்பிக்கையைக் கையிலெடுத்து நீட்டுகிற தது.
சாதலின் கடைசி வலியிலும் அதனன்பைப் பதிலீடென
அமைதியாகத் தருகிற தது.
உலகமோ..
அது இறந்துபோனதையே
அர்த்தமெனச் சொல்லிக்கொண்டிருக்கிறது.

போர்

யுத்தக்காலங்களில் கைவிடப்பட்ட ஏவுகணையொன்று
கரையொதுங்கியிருக்கிறது
அதனிடம் சொல்வதற்கெனப் பெரியதாக ஒன்றுமில்லை
வெறுமனே உணர்த்திக்கொண்டிருக்கிறது
பிரமாண்ட வெற்றிகளில் ஒன்றுமேயிருப்பதில்லை யென்பதை.
சிப்பிகளைச் சேகரிக்கும் சிறுவர்கள் அதைத்
தங்களது சிறிய கோணிகளில் திணிக்க முயன்று முடியாமல்
திரும்பிவிட்டனர்.
அந்த ஏவுகணை தன் இலக்கை மறந்துவிட்டிருந்தது.
திரும்பிச்செல்லும் வழியையும்.
மேலும் யுத்தம்பற்றி அதற்கு ஒன்றும் தெரியாது.

விடியல்

சிறிய ஒளிகளைப் பரப்பும் இந்தத் தூண்கள் மிகப்பெரியவை
காண்டா விளக்குகள் அணையும்வரை பகல் காத்திருக்கிறது.
நெருப்பு கண்டுபிக்கப்பட்ட இரவிற்குப் பிறகு
உலகம் காத்திருப்பதற்குப் பழகிக்கொண்டது.
இவ்வுலகின் தாமதமானப் பகல்
பல நுட்பமான சந்தர்ப்பங்களுக்கு மிக அருகில்
நம்மைக் கொண்டுவந்து சேர்த்திருக்கிறது,
இறுக்கமற்ற ஒலியின் லயத்துடன்.

இன்னும் துவங்கிடாத பாதை

உடனடியாகத் திரும்பிவிட்ட அப்பாதையில்தான்
இரகசியங்களைப் பரிமாறிக்கொண்டோம்.
பெரியதாக ஒன்றுமில்லை
ஒரு கொலைக்கருகில் சென்று வந்ததையும்
ஒரு துரோகத்தையே தினமும் நினைத்து வருவதையும்
ஒரு அரவணைப்பைத் திருடிவந்து தொலைத்ததையும்
எல்லாவற்றிற்கு மிருக்கும் அவகாசத்தின் சிறிய தூரம்தான்
நானும் நீயும் சென்று வந்தது.
அப்பாதை முழுவதும் இன்று
எருக்கம் பூக்கள் பூத்துக்கிடக்கின்றன.

நேசங்களின் வலி

1.

அவ்வளவு நினைவுகளுக்கு மத்தியிலும்
என்னைக் கண்டுபிடித்துவிட்டாய் நீ.
பிறகு,
எனக்குத் திருப்பிக் கொடுக்க வேண்டியிருந்த வலிக்காக
நீ செய்யும் பாவனைகள் உறுதியோடிருக்கின்றன.
முன்பு நான் செய்தவைகளைப் போல
செயற்கையாக யில்லை யவை.
திரும்பத்திரும்ப வரும் வலி கொஞ்சம் அலாதியானது.

✥

2.

தன் வலிக்கான ஒன்றையே ஒவ்வொன்றும் இரகசியமாய்
உருவாக்குகிறது
துரோகம் எப்போதும் ஒருவருக்குப் பின்னால்
ஒளிந்து கொண்டுதான்
கண்காணிக்கின்றது இப்பிரியத்தை.
மீதியும் போய்விட்ட பிறகு மகத்தானவைகளுக்கு அருகிலிருப்போம்
நாம்.
உலகம் தனக்கான கோடுகளைத் தானே உருவாக்கிக்கொள்கிறது
அழித்தும் கொள்கின்றது.

✥

3.

துண்டு துண்டாக்கும் ரணங்களையே இறுக
மூடிவைத்திருக்கின்றன
இந்நேசங்களின் கடைசிச் சொற்கள்.
வலியின் மிகக்கடைசியான தருணத்தை
அனுபவித்துக் கொண்டிருப்பதென்பது
அதை அப்படியே ஏற்றுக்கொள்வதுதான்.
அவ்வலியைச் சரிசெய்வதற்கு முன்பு
அதன் காரணத்தைத் தனிமைப் படுத்த வேண்டும்.

எச்சங்கள்

திசைக்கொன்றாய்ப் பிரித்துவிடப்பட்ட பறவைகள்
மரங்களிடம் சொல்வதற்கென நிறைய கதைகளை
சுமந்து திரும்பி வருகின்றன.
அம்மரங்களற்ற நகரின் வெறுமைகளைத்
தார்ச்சாலைகளின் வெள்ளைக் கோடுகளில்
மெதுவாக நடந்தே கடக்கின்றன.
ஒவ்வொரு கதைகளுக்குள்ளு மிருக்கும் வாழ்வை
அவை பறந்தபடியே சொல்லித் தீர்க்கின்றன.
மேலும்
எச்சங்களினால் இப்பூமிப்பந்தை எப்போதும்
நிறைத்தபடியேயிருக்கின்றன

திசையறிதல்

சிறு பாதங்களால் நடந்து சென்று கடலடையும் தூரத்தில்
தங்கள் பெரும் வாழ்வின் திசைகளை
மூளையில் அடுக்கிக்கொள்கின்றன ஆமைக்குஞ்சுகள்.
தங்கள் பருவத்தில்
இங்கு வந்து முட்டையிடப் போகு மதிசயத்தை
சிறிய முதுகில் சுமந்தபடியே அவை நீந்தத் துவங்குகின்றன.
ஒரு தூரத்திற்குப் பிறகு துவங்கும் இவ்வாழ்வை
ஆகச்சிறந்த ஒளியிலே காண்பித்துக்கொண்டிருக்கிறது
கடல்.

மீதி

1.

புகைப்படத்தில் சிரித்துக்கொண்டிருப்பவனுக்கு அருகில்
கொஞ்ச காலத்திற்கு நின்று கொண்டிருந்தவன்
பிறகு
அதி தீவிர எதிரியானான்.
அவனைப் பிரித்துவிட்டு அப்புகைப்படத்தைப் பார்ப்பதற்குச்
சிரித்துக்கொண்டிருந்தவன் தன் காலம் முழுவதும்
பயந்துகொண்டேயிருந்தான்.
அவர்களுக்குள்ளிருந்த மீதியைத்தான்
நாம் ஒரு வலியுமின்றி அறுத்து முடித்தோம்.

✥

2.

தன் பாதையில் சேகரித்தவைகளையெல்லாம்
ஒவ்வொன்றாகப் பிரிக்கத்துவங்குகிறா னவன்.
சிலவற்றில் மீதமிருக்கும் இறுகிய ஞாபகங்களை
அவனால் எளிதாகப் பிரிக்க முடியாமல் போகவே
எல்லாவற்றையும் திசையெங்கும் வீசியெறிகிறான்.
அவனின் கைகளுக்குள்ளிருந்து விழுந்திடாத
நசுங்கிய சிறு பரிசொன்றை
அவன் காணநேர்ந்தபோதுதான்
அவனுக்கு மனப்பிறழ்வு கண்டது.
அவைகளுக்குள்ளிருந்த தடிமனான மீதியைத்தான்
ஒவ்வொரு நாளும் கதைகளெனச் சொல்லித்
தீர்த்துக்கொண்டிருக்கிறோம்
நாம்

➤➤

ஜீவன் பென்னி

தன்னோடிருத்தல்

1.

ஒவ்வொரு முறையும் தோற்றுத் திரும்பும்போதுதான்
நான் உலகைப் பார்த்துச் சிரிக்கத் துவங்கினேன்.
எல்லாவற்றிற்குப் பிறகும் சொல்வதற்கென
ஏதாவதொன்றிருக்கிறது.
அவ்வளவு நிச்சயமற்ற அத்தழுவலை அப்போதே
தவிர்த்திருக்கலாம்.
அவ்வளவு நிம்மதியற்ற அச்சொல்லை அப்போதே
கடந்திருக்கலாம்.
மிகக்கடைசியிலிருப்பதும் மகிழ்ச்சிக்கு அருகினில் தானிருக்கிறது.

✣

2.

ரயில் முன் பாய்ந்து
முண்டமாகக் கிடக்கும் இப்பிரியத்தை
அதன் கடைசிவரை சென்று பார்த்துவருகிற தது.
அதனால் நம்ப முடியவில்லை
அதற்குள்ளிருக்கும் அசைவற்ற மௌனத்தை,
அதற்கான ஒரு காரணத்தை,
அது நிரூபிக்க முயன்ற இத்தருணத்தை.
கிடைக்காமல் விட்டுப்போன பிரியங்களே நம் வாழ்வாகின்றன.

✣

3.

சிறிய புண்ணொன்றை எப்போதும் அழுத்திக்கொண்டிருக்கும்
மனதொன்று
தன்னிருப்பிடத்தை மிகக் காலியாக வைத்திருக்கிறது.
அதை அதிசயமெனப் பார்க்க வரும் குழந்தைகளுக்குத்
தன் குவித்திருக்கும் கைகளுக்குள் ஏதேனும் வைத்திருக்கிற தது.
யாரையும் அது ஏமாற்றுவதில்லை.
அதற்குத் தெரிந்த மொழியில் அது சிரிப்பதுதான்
மிகப்பெரிய பயங்களை அருகினில் கொண்டுவருகிறது.
பிறகு
அது தன்மீது விழுந்திடும் வசவுகளை மிகக் கவனமாகச்
சேகரித்துக்கொள்கிறது.
தூங்கிக்கொண்டிருப்பதுபோலவே அது இறந்தும்
கொள்கிறது.
அவ்வளவு அசதி அதன் நீண்ட தனிமையில்.

அன்பறிதல்

வாசனைகளிலிருந்தே முகங்களை ஞாபகப்படுத்திக்கொள்ளும்
வளர்ப்பு மிருகங்கள் தங்கள் நகங்களை
விருப்பமானவர்களிடம் காண்பிப்பதில்லை.
பிஸ்கட்டைத் தாவிப்பிடிக்கும் வேகத்திலும் குழந்தைகளின்
விரல்களைத் தீண்டிடாத அதனன்பின் லாவகம்
மிகப்பரிபூரணமானதுதான்.
நிரம்பிக்கொண்டிருக்கும் வாழ்வை இதுதான்
சமப்படுத்துகிறது.

பகிர்தல்

1.

தொட்டிக்கு ஒன்றாகத் தனியாகப் பிரித்து விடப்பட்ட மீன்கள்
நெருக்கமாகயிருக்கும் அத்தொட்டிகளையே பார்த்துக்
கொண்டிருக்கின்றன.
அவைகள் ஒன்றுக்கொன்று பகிர்ந்துகொள்ளும் மொழிகளை
மிக நளினமாக அறுக்கின்றன அக்கண்ணாடியின் கூர்மைகள்.
சுவர்கள் மிக அதீதமான காயங்களையே உருவாக்குகின்றன
அவைகளையே மிக ஆழமாகப் பராமரிக்கின்றன.

✥

2.

கனிந்து விழுந்த பழங்கள் தங்களினிப்புகளைப்
பகிர்ந்து கொடுக்கின்றன.
உலகம் தன் கசப்புகளை மறந்துகொள்கின்றது.

பழுத்த இலைகள் வேர்களின் திசைகளை அறியத்திருக்கின்றன
உலகம் தன் இரகசியங்களை ஒவ்வொன்றாக
வெளியேற்றுகின்றது.

மரங்கள் தினசரி அசைந்து நிழல்களைப் பரப்புகின்றன.
உலகம் தன்னியல்புகளை மீட்டெடுக்க மெல்ல முயல்கிறது.

மீச்சிறு நொடிகள்

1.

பிரமாண்டமானவைகளில் வெளிப்படுவதெல்லாம் மிக
சொற்பமே.
வசந்தம் பெரும் கனவுகளுக்கருகில் கொஞ்சம் கற்பனையாகி
விடுகிறது.
மிக உயரே இருந்து விழுபவைகளில் சில
தாங்களே எழுந்தும் கொள்கின்றன.
மறந்துபோன எல்லா வழிகளும் உங்களைத்
தேடிக்கொண்டேயிருக்கின்றன.
மீச்சிறு நொடியொன்றின் சுற்றுப் பாதையில் நீங்களொரு தடை.

✥

2.

அரவணைப்பதென்பதே எல்லாவற்றையும்
மறந்து கொள்ளச் செய்கிறது
முழுவதும் எரிந்த உடல் தன் வாசனையை
மேகமாக்கிக்கொள்கிறது
எல்லாக் குறிப்புகளிலும் ஒரு திருத்தம்
தானாகவே அமைந்து விடுகிறது
ஆகக் கடைசியில் ஒரு இடைவெளியில் நீ இரண்டு முறை
கூடச் சாகலாம்.
மீச்சிறு நொடியொன்றின் சுற்றுப் பாதையில் நீங்களொரு
திசைதிருப்பி.

✥

3.

துரோகம் பின்னாலும் கண்கள் கொண்டலையும் மிருகம்
உனக்குக் கிடைத்த உலகில் நீ மறதிகளுடனே யிருப்பாய்
முதலில் வருபவையே ஒரு பருவத்தை முழுவதுமாக
அனுபவிக்கின்றன
அன்றாடங்களின் செய்திகளுக்குள்ளிருக்கும் வலி
மிகத்தனிமையானது
மீச்சிறு நொடியொன்றின் சுற்றுப் பாதையில் நீங்களொரு
ஆறாத புண் . .

✤

4.

கண்டடைந்தவை யெல்லாமும் மிக
மேலோட்டமானவையே
அறிதலுக்குப் பின்னாலிருக்கும் காரணங்களே ஆபத்தானவை
உலகம் முடிந்துவிடும் இடத்திலிருக்கிறது அதன் பிரகாசம்
வாசனையே ஒரு ஞாபகத்தை ஆழத்திலிருந்து
கொண்டுவருகிறது
மீச்சிறு நொடியொன்றின் சுற்றுப் பாதையில் நீங்களொரு வலி

அடரிருள் – 2

வெளிச்சங்களில் நகர்ந்துகொண்டிருக்கும் இப்பாதைகள் அந்தத் தூரத்துப் பாறைகளிடம் கொண்டு சேர்க்கின்றன, பாறைகளோ இன்னும் திறக்காத நாட்களிடம் கொண்டு சேர்க்கின்றன.
அந்த நாட்களோ அடர்ந்த யிருளில் ஒளிர்ந்து நகரும் நட்சத்திரத்திற்கருகில் உங்களைக் கொண்டு வந்து சேர்க்கின்றன.
தூரத்தில் ஒலித்திடும் மணியோசை உங்களுக்கும் முன் அங்கிருக்கிறது மிக நம்பிக்கையாய்.

விதி – 7

உலகின் முதல்நாளில் நாம் கண்டுபிடித்திருந்த பூக்களை
இந்த இரவிற்குள்தான் ஒளித்துவைத்தோம்.
அதன் நட்சத்திரங்களை எண்ணி முடிக்கும்போது
பூக்களற்ற உலகின் இரண்டாவது நாள் வந்துவிட்டிருந்தது.
அவ்வளவு பெரிய பகலுக்குப் பிறகு
இரவென்பதே வருவதில்லை
ஒவ்வொரு பூவும் ஒவ்வொரு விடியலையே தருகின்றன.

※

ஞாபகம் – 3

எல்லாவிதப் பிறழ்வுகளுக்குப் பிறகும்
சிறுகைகளின் வெம்மைகளிலிருந்து துவங்கும் மொழியை
இரகசியமாய் ஒருவருக்கொருவர் பகிர்ந்துகொண்டிருக்கிறோம்.
ஞாபகங்கள் ஒரு மொழியாகி இடம்பெயர்ந்துகொள்கின்றன.
வாழ்வு தன் இன்னிசையை இறுக்கமாகப் பற்றிக்கொள்கிறது.
ஒவ்வொரு முறை பிரித்துப்பார்க்கும்போதும்
கிடைத்திடாத அவ்வெம்மைகளின் சிறிய வெளிச்சங்கள்தான்
இம் மனநலக்காப்பகத்தின் இரவுகளில்
ஒட்டிக்கொண்டிருக்கின்றன
பிரத்தியேகமான ஒளியின் சாயலுடன்.

※

ஞாபகம் – 3 (I)

இப்பிரபஞ்சத்தின் அர்த்தங்களைப் பற்றிப்
பேசிக்கொண்டிருப்பதற்கு
மிக அருகிலிருந்துகொண்டிருக்கின்றன
இந்த ஞாபகங்கள்.
அல்லது
மிகத்தனிமையான ஒரு அலையில் நனைத்துக்கொண்டிருக்கும்
வெற்றுப் பாதங்களுக்கான குளிர்ச்சியென யிருக்கின்றன.
அல்லது
வீசியெறியப்பட்ட மஞ்சள் நிற மலர்களை ஒவ்வொன்றாகச்
சேகரித்துக்கொண்டிருக்கும் சிறிய விரல்களின்
மென்மையென யிருக்கின்றன.
அல்லது
வாழ்வதைப் போலவும் சாவதைப் போலவும்
கடவுளுக்கும் அற்புதங்களுக்கும்
இடையிலிருக்கும் எஞ்சிய மகத்தானவைகளைப்
போலவுமிருக்கின்றன.